NẮNG MỚI BÊN THỀM XUÂN

NẮNG MỚI BÊN THỀM XUÂN

NGUYÊN MINH

NGUYÊN MINH

Nắng mới bên thềm Xuân

NHÀ XUẤT BẢN LIÊN PHẬT HỘI
UNITED BUDDHIST PUBLISHER

Lời nói đầu

Rất nhiều trong số những khái niệm và nhận thức của chúng ta được xây dựng dựa trên những định kiến và quy ước. Những gì được cho là tốt, xấu, hay, dở... ở một nơi này lại rất có thể sẽ không được đánh giá tương tự như thế ở một nơi khác. Đơn giản chỉ là vì những định kiến và quy ước khác nhau. Những phong bao đỏ lì xì trong dịp Tết chẳng hạn, rất quen thuộc ở một số nước Á Đông, nhưng lại có thể là xa lạ đối với đa số các nước Âu Mỹ. Ngược lại, hai người bạn lâu ngày gặp nhau ôm hôn trên đường phố để tỏ tình thân ái là việc rất bình thường trong xã hội Âu Mỹ, nhưng có thể mọi người đều sẽ lấy làm lạ nếu điều đó lại xảy ra trên một đường phố ở Á Đông...

Một số khái niệm khác được xây dựng thuần túy dựa trên kinh nghiệm quan sát những quy luật tự nhiên, và do đó không có sự khác biệt lớn ở những địa phương khác nhau trên thế giới, và cũng không thay đổi bao nhiêu khi thời gian trôi qua. Có lẽ mùa xuân của tất cả chúng ta là một khái niệm thuộc loại này.

Từ bao giờ con người biết đón xuân? Câu hỏi thật không dễ trả lời. Nhưng nếu xét từ những mối quan hệ giữa mùa xuân với cuộc sống, thì có lẽ điều đó phải đến từ rất sớm, ngay khi con người có đủ khả năng nhận thức về môi trường quanh mình. Bởi vì mùa xuân có vẻ như không chỉ là một sự kiện bên ngoài, mà còn là sự biểu hiện rất rõ nét của chính những thay đổi, chuyển biến từ trong tự thân con người.

Thật vậy, từ xa xưa con người đã sớm biết được rằng chu kỳ sinh trưởng, vận chuyển của cả vũ trụ này có mối quan hệ vô cùng mật thiết với cơ thể chúng ta. Triết học phương Đông đã thể hiện điều này qua nhận xét: "Nhân thân tiểu vũ trụ." (Con người là một vũ trụ thu nhỏ.) Sự vận hành của trời đất bao la này bao giờ cũng gắn liền với những thay đổi tưởng chừng như rất nhỏ nhoi trong tự thân mỗi người. Và chính điều đó đã mang đến cho mùa xuân những giá trị chung không gì có thể thay thế được trong nhận thức của con người, cho dù là ở bất cứ nơi đâu trên thế giới, cũng như vào bất cứ thời đại nào.

Tính chất bất biến của những giá trị chung này có thể được nhận ra bắt đầu từ những dấu hiệu của sự sinh trưởng. Từ thế kỷ 13, ông vua văn sĩ Trần Thái Tông đã có một đoạn văn miêu tả cảnh xuân đầy ý nghĩa triết lý như sau:

"Nhân chi sanh tướng, tuế nãi xuân thì. Tráng tam dương chi hanh thái, tân vạn vật chi tụy vinh. Nhất thiên minh my, thôn thôn liễu lục hoa hồng;

vạn lý phong quang, xứ xứ oanh đề điệp vũ. (人之生相, 歲乃春時。壯三揚之亨泰, 新萬物之萃榮。一天明媚, 村村柳綠花紅, 萬里風光, 處處鶯啼蝶舞。)[1]

Tạm dịch:

"Tướng sinh ra của đời người là mùa xuân trong năm: ba tháng xuân nồng là sự tráng kiện khỏe khoắn, vạn vật khoác áo mới là sự sum suê tươi tốt. Một trời quang đãng đáng yêu, nơi nơi liễu thắm hoa hồng; muôn dặm sáng tươi, chốn chốn oanh ca bướm lượn!"

Loại bỏ ở đây đôi chút khuôn sáo không thể tránh được của lối văn Hán học truyền thống, những hình tượng và ý tứ trong đoạn văn này quả thật đã nói lên được sức sống tươi đẹp của mùa xuân trong mối quan hệ đồng điệu với tuổi xuân của một đời người. Hơn 700 mùa xuân đã trôi qua từ đó, nhưng giờ đây so với cảnh xuân hôm nay đang về, chúng ta vẫn thấy như không có gì khác nhau cho lắm. Vẫn là một sự mới mẻ và khỏe khoắn của sức trẻ đang lên dưới nắng xuân ấm áp, ngày một vươn cao cùng vạn vật. Mỗi đời người có thể là một kịch bản hoàn toàn khác biệt khi so với người khác, nhưng chắc chắn tất cả chúng ta đều có cùng một tuổi thanh xuân với những nét giống nhau là luôn trẻ trung và đầy sức sống!

Khi còn theo học trung học, tôi rất thích một câu thơ của Thôi Hiệu trong bài Hoàng hạc lâu: "Bạch

[1] Dẫn theo Khóa hư lục (課虛錄), quyển thượng, Phổ thuyết tứ sơn, Nhất sơn, nguyên tác Hán văn của Trần Thái Tông (1218-1277).

vân thiên tải không du du." (白雲千載空悠悠) (Mây trắng ngàn năm giữa trời bay!) Hồi đó, tuy vừa đọc qua lần đầu tiên đã cảm thấy thích ngay câu thơ này, nhưng thú thật tôi vẫn không biết là vì sao mình thích! Mãi về sau mới hiểu ra được đó là vì cái ý tứ man mác trong câu thơ ấy có những điểm hết sức tương đồng với những băn khoăn, khắc khoải trong lòng mình. Và vì thế nên cứ mỗi khi có dịp dạo chơi giữa thiên nhiên bao la tươi đẹp là không thể nào không nhớ đến câu thơ ấy!

Những đám mây trắng bềnh bồng ven sông mà ngày xưa Thôi Hiệu ngắm nhìn có lẽ cũng không khác với những đám mây trắng mà ngày nay chúng ta còn được ngắm. Chính ông cũng đã nghĩ như thế nên mới nhớ đến những đám mây trắng của ngàn năm trước đó!

Nhưng nếu như đám mây trắng ngàn năm của Thôi Hiệu vẫn bay về với chúng ta hôm nay, mùa xuân của Trần Thái Tông từ thế kỷ 13 vẫn thân quen với tất cả chúng ta khi bước vào thế kỷ 21 này, thì điều tất yếu là giữa "những người muôn năm cũ" đó với chúng ta hôm nay không thể không có những sự đồng cảm nhất định. Với tôi, có vẻ như mỗi dịp xuân về lại là một lần gợi nhớ để suy ngẫm về sợi dây liên hệ ngàn năm ấy.

Tập sách mỏng này hình thành từ những cảm xúc bất chợt lúc xuân về, được ghi vội qua những điều tai nghe mắt thấy, mong muốn chia sẻ đôi điều với bạn đọc về mùa xuân xanh tươi của vạn vật bên cạnh một tâm xuân với những điều tốt đẹp trong lòng người.

Mỗi năm luôn bắt đầu bằng mùa xuân, và mỗi đời người bắt đầu bằng những năm tháng tuổi xuân. Chúng ta ai cũng muốn đón xuân về với một tâm trạng hân hoan náo nức, tạm gác lại muôn vàn những khó khăn bề bộn, những vất vả lo toan để mở rộng tâm hồn hòa cùng mạch sống trào dâng của đất trời trong xuân mới. Nhưng rồi xuân lại xuân qua, thời gian cứ để lại những vết nhăn hằn sâu trên vầng trán và ngày qua ngày mái tóc cứ đổi màu bạc trắng dần. Phải chăng chỉ có xuân của đất trời là mãi mãi tiếp nối, còn xuân của đời người chỉ đến có một lần? Phải chăng chúng ta ai cũng chỉ có một lần trải qua tuổi thanh xuân, để rồi sau đó chỉ có thể ngậm ngùi tiếc nuối mãi cho đến cuối đời? Nếu sự thật là như thế, thì quả thật tạo hóa đã quá bất công khi không phân biệt được sự khác nhau giữa vạn vật và con người, bởi vạn vật có thể vô tâm nhìn xuân đến xuân đi, còn chúng ta thì không thể vô tâm như thế!

Thật ra, nếu chúng ta có thể cùng nhau suy ngẫm đôi chút về mùa xuân của tạo vật và xuân trong lòng người, có lẽ chúng ta sẽ thấy ra được rằng vấn đề hoàn toàn không phải bi quan như thế. Chu kỳ đến đi của mùa xuân trong vạn vật có những lý do nhất định để diễn ra như thế, nhưng mùa xuân trong lòng người vốn không thể tự đến tự đi. Hay nói đúng hơn là mùa xuân ấy chưa từng bỏ ta đi, chỉ có những gió bụi mịt mù của kiếp nhân sinh đã thường khi khiến chúng ta lãng quên, và vì thế cũng tự mình đánh mất đi cái tươi đẹp trẻ trung của chính mình. Thiền sư Chân Không (1046-1100) một hôm đã lên tiếng nhắc nhở chúng ta về điều ấy:

春來春去疑春盡,
花落花開秖是春。

Xuân lai xuân khứ nghi xuân tận,
Hoa lạc hoa khai chỉ thị xuân.

Xuân đến xuân đi ngờ xuân hết,
Hoa tàn, hoa nở chính thật xuân!

Bốn mùa vận hành là quy luật tự nhiên của vũ trụ. Hoa trước không tàn thì hoa sau không nở, thu vàng đông giá chẳng qua đi thì xuân hồng cũng không thể trở về. Vì thế, trong cái hiu hắt của thu, cái lạnh lẽo của đông, thật ra cũng đã hàm chứa chút mầm xuân. Lá úa vàng rơi là quá trình chuẩn bị để cây thay áo mới. Cỏ già không tàn rụi qua đông thì làm sao có cỏ non mơn mởn mọc lên lúc xuân về, để thi hào Nguyễn Du của chúng ta có thể động lòng viết nên hai câu thơ tả cảnh xuân bất hủ:

Cỏ non xanh tận chân trời,
Cành lê trắng điểm một vài bông hoa.

"Cỏ non xanh tận chân trời", nên chúng ta biết là trời khi ấy cũng phải xanh biêng biếc, vì nếu trời không xanh thì cỏ tận chân trời không thể giữ được màu xanh! Và giữa cảnh trời đất bao la lan tỏa khắp nơi một màu xanh tươi tràn đầy sức sống, cái cành lê với vài bông hoa trắng được đặt vào đây quả thật có sức mạnh miêu tả thật diệu kỳ, vì nó như làm bật lên cái sức sống tiềm tàng ẩn chứa trong màu xanh của cả bầu trời mặt đất. Hoa ở đây không còn chỉ là hoa lê trắng, mà là hoa của mùa xuân, là kết tinh của cả đất trời trong xuân mới, khiến cho người ngắm cũng không khỏi phải say sưa hòa mình vào nhịp xuân của toàn vũ trụ. Cái tình xuân như thế thì quả thật không ai là không cảm được!

Nhưng trời đất có bốn mùa nên xuân có đến, có đi, còn đời người vốn không thể nào giữ mãi tuổi thanh xuân, làm sao có được một mùa xuân miên viễn? Vì thế, nỗi khắc khoải ưu tư lớn nhất của con người tự ngàn xưa đến nay vẫn không ra ngoài ý nghĩa tồn tại của một kiếp người! Và bi kịch lớn nhất của mỗi chúng ta chính là khả năng nhận thức về cuộc sống vượt quá thời gian giới hạn của một kiếp người!

Con thiêu thân vốn chẳng bao giờ có thể biết được đời mình là ngắn ngủi, bởi vì nó không có được tầm nhìn vượt quá vòng đời của chính mình. Con người thì khác. Chúng ta ghi lại lịch sử trong quá khứ. Chúng ta hoạch định về tương lai. Chúng ta khao khát hoàn thiện hiện tại. Qua đó, chúng ta nhận ra rằng cuộc đời là hết sức ngắn ngủi trong chuỗi thời gian vô thủy vô chung! Vì thế, càng nhận thức được nhiều điều về cuộc sống, chúng ta càng cảm thấy không hài lòng với đời sống ngắn ngủi, và với tuổi thanh xuân còn ngắn ngủi hơn nữa!

Thế nhưng, bằng vào kinh nghiệm thực chứng của tự thân, cách đây hơn 25 thế kỷ, đức Phật đã chỉ ra rằng sự không hài lòng với đời sống ngắn ngủi tưởng chừng như rất hợp lý đó của tất cả chúng ta lại là xuất phát từ những ảo tưởng và nhận thức hoàn toàn sai lệch.

Trước hết, trong thế giới vật chất, sự tồn tại vĩnh viễn của bất cứ vật thể nào cũng đều là chuyện không thể có. Vì thế, trong kinh Kim Cang đức Phật đã nêu rõ chân lý này:

一切有為法，
如夢幻泡影，
如露亦如電，
應作如是觀。

Nhất thiết hữu vi pháp,
Như mộng ảo, bào ảnh,
Như lộ diệc như điển,
Ưng tác như thị quán.

Hết thảy pháp hữu vi,
Như mộng ảo, bọt nước,
Như sương sa, điện chớp.
Nên quán sát như vậy.

Nhưng thế giới vật chất, hay "các pháp hữu vi" không phải là toàn bộ thực tại. Nói đúng hơn, chúng chỉ là một phần của thực tại được phản chiếu, ảnh hiện trong thế giới nhận thức của chúng ta mà thôi. Vì thế, tuy những ảnh hiện đó có tồn tại và diệt mất trước mắt ta, nhưng thật ra đó chỉ là những sự biến đổi trong nhận thức của chúng ta. Cho nên, nếu quán xét toàn diện về thực tại thì sẽ thấy là mọi hình tướng, vật thể đều không hề có sự sinh ra và mất đi. Tâm kinh Bát-nhã mô tả điều này là "bất sinh bất diệt", và vị tổ sư khai sáng thiền phái Trúc Lâm Yên Tử ở nước ta, cũng chính là vua Trần Nhân Tông, một trong những vị vua anh minh nhất đời Trần, đã thể hiện chân lý này một cách cụ thể hơn như sau:

一切法不生,
一切法不滅。
若能如是解,
諸佛常現前,
何去來之有。

Nhất thiết pháp bất sinh,
Nhất thiết pháp bất diệt.
Nhược năng như thị giải,
Chư Phật thường hiện tiền,
Hà khứ lai chi hữu?[1]

Hết thảy mọi pháp tướng,
Không sinh cũng không diệt.
Nếu hiểu được như vậy,
Thường được thấy chư Phật,
Làm sao có đến, đi?

Không sinh, không diệt. Không đến, không đi. Đó chính là ý nghĩa nền tảng về một tâm xuân miên viễn. Khi chúng ta nhìn sự vật có sinh có diệt, có đến có đi, lòng ta không khỏi sinh ra những luyến

[1] Dẫn theo sách Tam Tổ thực lục.

lưu tiếc nuối. Nhưng trong chuỗi thời gian vô thủy vô chung, sự vật thật ra chỉ là liên tục chuyển đổi từ một dạng thể này sang một dạng thể khác. Do bị trói buộc bởi những khái niệm sẵn có, chúng ta luôn gán cho những dạng thức này là sinh ra, những dạng thức kia là diệt đi... và rồi ngỡ rằng đó là những mô tả chính xác về sự vật. Thật ra, sự mất đi của một phần nước trong sông hồ cũng chính là sự sinh ra của những đám mây bềnh bồng trôi trên bầu trời xanh kia, và sự mất đi của những đám mây lại cũng chính là sự sinh ra của những dòng suối khe trên mặt đất... Trong chuỗi biến đổi đó, không một yếu tố nào có thể vắng mặt, nếu không thì cả vũ trụ này sẽ không thể tồn tại như chúng ta hiện đang nhìn thấy. Hạ úa, thu phai, đông tàn, xuân mộng... dẫu là xanh tươi tốt đẹp hay tàn tạ thê lương, mọi thứ đều góp phần làm nên vạn hữu, đều là một phần không thể thiếu được trong thực tại viên dung. Vấn đề mang đến sự buồn đau hay thất vọng của chúng ta chính là sự phân biệt và nhận thức sai lầm về sự vật, mang những khái niệm tốt, xấu, hay, dở... của mình gán vào cho vạn hữu, rồi từ đó mới nảy sinh ra những cách nhìn sai lệch, thiên kiến.

Khi thoát ra khỏi sự trói buộc của những khái niệm và nhìn sự vật với một tâm hồn vô tư rộng mở, chúng ta sẽ thấy được mùa xuân cả trong thu vàng, đông giá... và thấy được “hoa tàn, hoa nở chính là xuân”. Chính vì thế mà không còn có đến, có đi.

Sự hiển bày của một thực tại toàn vẹn không

chia cắt sẽ giúp ta thấy rõ bản chất thực sự của đời sống. Những biến chuyển trong thế giới vật chất đối với chúng ta sẽ không còn là những quy luật khắc nghiệt muôn đời bất biến, mà chỉ là sự tuôn chảy của một dòng thực tại luôn tràn đầy sức sống. Tuổi thanh xuân chỉ qua đi đối với thân xác cấu thành từ vật thể, nhưng mầm xuân luôn còn mãi trong tinh thần chúng ta, bởi vì phần tinh thần ấy vốn dĩ là không sinh không diệt.

Tôi sẽ không nói đến một phần tinh thần tồn tại sau khi xác thân này tan rã, vì điều đó có thể gây ra sự ngộ nhận và mơ hồ đối với một số bạn đọc, nhưng tôi muốn chỉ ra rằng sự suy yếu của thân xác qua thời gian là một điều tất yếu, trong khi sự suy yếu của tinh thần theo tuổi tác lại là một căn bệnh không đáng có của hầu hết chúng ta. Nếu chúng ta có thể nhận thức đúng được vấn đề, thoát khỏi sự ràng buộc gắn liền với thế giới vật chất do định kiến, ta sẽ thấy được rằng mùa xuân trong tâm hồn ta vẫn mãi mãi còn đó, không đến, không đi!

Nhận thức đúng về một tâm xuân miên viễn sẽ không làm mất đi tính thơ mộng của mùa xuân trong thế giới vật chất. Ngược lại, điều này càng giúp chúng ta hiểu đúng và trân trọng hơn nữa những thời khắc ngắn ngủi sẽ qua đi của mùa xuân xanh tươi hay tuổi thanh xuân tràn đầy sức trẻ. Chúng ta sẽ nhận thức về mùa xuân một cách toàn diện và tươi đẹp, lạc quan hơn, nhưng sẽ không còn chìm đắm trong ảo tưởng về những mơ ước viển vông không thật có.

Mỗi một cảm xúc của chúng ta khi xuân về, mỗi một lời chúc tụng hay chia sẻ niềm vui với người thân đều sẽ trở nên chân thành và thiết thực hơn, không còn chỉ là những khuôn sáo trống rỗng được lặp lại qua bao đời, mà thực sự sẽ là những tình cảm chân thật xuất phát từ sự hòa nhịp cùng mùa xuân của vạn hữu.

Xuân về, muôn hoa khoe sắc. Con người cũng là một loài hoa, loài hoa đẹp nhất của cả đất trời, nên không thể không tỏa hương khoe sắc lúc xuân về. Viết tặng nhau những vần thơ, nốt nhạc... Hát cho nhau nghe những khúc hát tươi vui, tràn đầy sức sống... Và gửi đến nhau những lời chúc tốt đẹp về một năm mới ngập tràn hy vọng... Tất cả đều là những cách tỏa hương khoe sắc của mỗi chúng ta. Nhưng vượt hơn tất cả phải là một sự nỗ lực hoàn thiện chính mình để luôn hướng đến trở thành một bông hoa tươi thắm hơn, xinh đẹp hơn và tỏa hương thơm ngày càng xa hơn, như lời kệ số 54 trong kinh Pháp cú:

Hương các loại hoa thơm,
Không ngược bay chiều gió.
Nhưng hương người đức hạnh,
Ngược gió khắp tung bay!

Và xin mượn ý nghĩa này để thay cho lời chúc tốt đẹp nhất gửi đến quý độc giả nhân dịp xuân về, mong sao hương hoa đức hạnh sẽ mãi mãi tỏa lan khắp mọi nơi trong cuộc sống của chúng ta, để mùa xuân không chỉ là những phút giây tươi đẹp thoáng qua ngắn ngủi mà vẫn luôn đọng lại trong tình người nồng ấm chứa chan, biết san sẻ cho nhau mọi điều tốt đẹp về vật chất lẫn tinh thần.

Hy vọng rằng những ý tưởng vụng về được ghi lại trong tập sách mỏng này sẽ có thể góp được một phần nhỏ nhoi nào đó trong việc giúp cho mỗi người chúng ta có thể tìm thấy niềm vui chân thật trong cuộc sống. Và nếu được như vậy thì đây chắc chắn sẽ là niềm vui lớn lao nhất dành cho những người đã tham gia thực hiện tập sách. Chúng tôi rất mong sẽ nhận được sự cảm thông và tha thứ của quý độc giả gần xa về những sai sót ít nhiều không thể tránh khỏi trong sách này.

Trân trọng

Nguyên Minh

Xuân là xuân khắp mọi nhà...

Mùa Xuân có lẽ là một trong những món quà tuyệt vời nhất mà tạo hóa dành ban cho muôn loài một cách hoàn toàn bình đẳng. Vì thế, việc khám phá ra mùa xuân trong chu kỳ vận chuyển của vũ trụ phải là một trong những khám phá vĩ đại có ý nghĩa nhất của con người. Nhận biết được mùa xuân cũng đồng nghĩa với việc nhận biết được chu kỳ vận hành của thời tiết trong năm, và cũng đồng nghĩa với việc sáng chế ra lịch pháp để tính toán thời gian trong đời sống.

Cứ nghĩ đến sự đa dạng của muôn loài động thực vật trên khắp hành tinh này, mỗi loài đều có một đặc tính sinh trưởng riêng, nhưng tất cả đều chịu sự chi phối chung của cái chu kỳ 12 tháng trở lại một lần, như vậy cũng đủ để thấy vai trò kỳ diệu của mùa xuân trong đời sống của muôn vật. Dù là những loài nhỏ bé như sâu kiến, côn trùng, hay to lớn như trâu, bò, voi, cọp... dù là những loài cỏ hoa hoang dại hay những cây kiểng quý giá được chăm sóc công phu... tất cả đều như cùng chờ đợi tia nắng xuân ấm áp trở về để chuyển mình làm nên một điều gì đó trong chu kỳ sinh trưởng của đời mình.

Khoa học ngày nay cho biết rằng sự vận hành của bốn mùa trong năm là do những vị trí và góc độ khác nhau của trái đất trong chu kỳ xoay quanh mặt trời và xoay quanh chính nó. Những chi tiết về điều này đã được biết đến một cách khá cụ thể. Người ta biết rằng, với kích thước đường kính là 12.756 km (khi đo ở đường xích đạo), quả đất của chúng ta nằm cách xa mặt trời khoảng 150 triệu kilomét và liên tục di chuyển theo một quỹ đạo xoay quanh mặt trời với vận tốc khoảng 107.000 kilomét trong một giờ! Với vận tốc trung bình này, quả đất hoàn tất một vòng xoay quanh mặt trời với thời gian là 365 ngày 5 giờ 48 phút 46 giây, chính là khoảng thời gian của một năm mà chúng ta tính tròn là 365 ngày!

Và vì quỹ đạo này không phải là một vòng tròn tuyệt đối, nên có những lúc chúng ta đến gần mặt trời hơn, với khoảng cách chỉ còn chừng 147 triệu kilomét, và có những lúc cách xa hơn, với khoảng cách lên đến 152 triệu kilomét. Như vậy, chúng ta thấy rằng điều tất yếu là khi đến gần mặt trời hơn thì quả đất sẽ nóng hơn vì nhận được nhiều nhiệt lượng hơn, và ngược lại khi cách xa hơn thì nhiệt độ sẽ thấp hơn.

Ngoài ra, quả đất cũng tự xoay quanh một trục của chính nó với thời gian 23 giờ 56 phút 4,1 giây cho mỗi vòng. Chính thời gian của mỗi vòng xoay này là một ngày đêm mà chúng ta luôn tính tròn là 24 giờ. Trục xoay này tạo thành một độ nghiêng khoảng 23,50 so với mặt phẳng cắt ngang của quỹ đạo trái đất xoay quanh mặt trời, và do đó làm cho vị trí của mặt trời vào lúc giữa trưa có lúc ở cao hơn và có lúc thấp hơn khi ta nhìn lên từ mặt đất. Điều này tạo thành những thay đổi về nhiệt độ. Khi tia nắng càng vuông góc với mặt đất thì nhiệt lượng truyền xuống càng nhiều hơn, nhiệt độ trở nên cao hơn, và khi độ lệch của tia nắng càng lớn so với đường vuông góc này thì nhiệt độ sẽ càng thấp hơn.

Đó là những con số. Chúng ta sẽ không lấy làm lạ khi với những con số này con người có thể hiểu được một cách tường tận về sự thay đổi của bốn mùa. Tuy nhiên, điều kỳ diệu ở đây là những con số này đã đến khá muộn màng, chỉ trong khoảng không quá 3 thế kỷ gần đây mà thôi. Nhưng sự nhận biết về vận hành của bốn mùa thì đã có từ rất sớm, rất có thể là ngay từ lúc con người bắt đầu biết trồng trọt để có lương thực tự nuôi sống. Chỉ bằng vào sự quan sát những thay đổi được lặp lại có chu kỳ trong năm, người ta đã đưa ra được những con số và xác định các mốc thời gian khá chính xác khi so với kết quả tính toán của khoa học ngày nay. Lấy ví dụ như bằng sự quan sát chu kỳ lặp lại của những đêm trăng tròn, người xưa đã tính toán được thời gian của một tháng âm lịch là khoảng hơn 29 ngày (tháng thiếu) nhưng chưa đến 30 ngày (tháng đủ). Chu kỳ này chính là thời gian cần thiết để bề mặt phản chiếu ánh sáng của mặt trăng được nhìn thấy từ trái đất trở lại giống hệt như trước đó, và với kết quả tính toán chính xác của khoa học ngày nay thì thời gian này là 29 ngày 12 giờ 44 phút!

Nhưng mùa xuân không chỉ đơn giản là một hiện tượng được tạo thành bởi những thay đổi về thời tiết, khí hậu... do những nguyên nhân mà chúng ta vừa mô tả. Hơn thế nữa, mùa xuân là một hiện tượng gắn liền với sự sống, hay nói chính xác hơn là sự sinh trưởng của muôn loài. Sẽ không có mùa xuân nếu không có sự sống trên hành tinh chúng ta, hay nói đúng hơn là mùa xuân sẽ chẳng còn có ý nghĩa gì cả nếu không có sự sinh sôi nảy nở của vạn vật.

Chính vì thế mà từ xưa đến nay hình ảnh mùa xuân luôn gắn liền với hoa với bướm, với cây cỏ xanh tươi, với chim hót líu lo hay én liệng giữa trời xanh. Cái đẹp của mùa xuân không chỉ là sự hài hòa của những màu sắc hay dáng vẻ trong thiên nhiên, mà chính là vì nó biểu hiện một sức sống mạnh mẽ, một sự sinh trưởng của tất cả muôn loài.

Xuân về chính là lúc khơi dậy sức sống tiềm tàng trong vạn vật. Những chồi non đang ngủ yên trong thân cây xù xì già nua kia bỗng nhiên bừng tỉnh giấc, phá vỡ lớp vỏ cây khô cằn để nhú mình nhô ra hé cười cùng làn gió xuân vừa thoảng đến. Trên mặt đất cằn cỗi qua mấy tháng đông dài lạnh giá, những lá cỏ li ti xanh nõn cũng xôn xao trỗi dậy, rủ nhau đan kín mặt đất nhấp nhô cho đến tận chân trời... Và kìa, những thân mai già chỉ cách đây có mấy hôm thôi còn trơ trụi những cành gầy guộc khẳng khiu mà nay đã phủ đầy những búp xanh căng tròn mũm mĩm, nổi bật lên là những cánh hoa vàng mảnh rực sáng như đã thấm nhuần tia nắng xuân ấm áp... Cho đến những cánh bướm đủ màu kia hôm nay dường như cũng nhộn nhịp hơn, đang lượn múa nhanh hơn giữa những đóa hoa dại đủ màu ven suối...

Chính cái sức sống mãnh liệt của vạn vật luôn bừng lên mỗi độ xuân về đã làm cho mùa xuân bao giờ cũng mới mẻ và tươi thắm. Mùa xuân gắn liền với sự sống. Cho dù đó là sự sống nhỏ nhoi của những loài côn trùng bạn chưa từng biết qua tên gọi, hay sự sống trầm hùng của những thân cây cổ thụ đã trải hàng thế kỷ... Tất cả đều như bừng dậy dưới nắng xuân, như muốn bộc lộ sức sống của mình, khẳng định sự hiện hữu trong trời đất!

Vì gắn liền với sự sống nên mùa xuân từ lâu đã trở thành quen thuộc và phổ biến trong khắp mọi nền văn minh trên thế giới. Ở những vùng khác nhau, người ta có thể không nói cùng một ngôn ngữ, không cùng chung những tập tục, nghi lễ giống nhau, nhưng bao giờ cũng có những cảm nhận tương đồng về mùa xuân. Điều đó chính là vì cho dù ở bất cứ nơi đâu thì sự sống cũng vẫn là như nhau!

Nói đến sự gắn liền giữa mùa xuân và sự sống của muôn loài, tôi chợt liên tưởng đến những điều phi lý mà con người chúng ta đã và đang áp đặt lên loài vật. Trong khi muôn loài nô nức đón xuân thì chúng ta lại cướp lấy sự sống của biết bao nhiêu sinh vật để đổi lấy sự vui thích cho riêng mình. Chỉ cần dạo qua một vòng chợ Tết ở bất cứ nơi đâu, bạn cũng sẽ dễ dàng nhận thấy có vô số con vật đang chờ chết để phục vụ cho những bữa ăn của chúng ta trong dịp đón xuân về! Trong đêm giao thừa, khi hầu hết mọi gia đình đều cùng nhau đoàn tụ để đón chờ phút thiêng liêng giao hòa giữa năm cũ và năm mới, thì khắp mọi nơi trong thôn xóm vang lên tiếng kêu rú thảm thiết của những con vật bị giết hại! Thật vô lý khi những niềm vui và nỗi đau buồn lại đan xen nhau một cách lạnh lùng đến vô cảm, bởi hầu như không mấy người khi kết liễu mạng sống của một con vật mà có được chút động tâm thương xót!

Không ít người có thể sẽ cho những suy nghĩ như thế này là kỳ lạ, thậm chí là gàn dở, lập dị, vì quả thật chúng có vẻ như... không giống ai khi đặt vào bối cảnh chung của đa số những người chấp nhận việc giết hại. Tuy nhiên, chúng ta lại không có bất cứ một lập luận vững chãi, thuyết phục nào để bảo vệ cho sự nhẫn tâm không thể phủ nhận được này.

Nếu nói rằng chúng ta có quyền giết hại loài vật để phục vụ đời sống của mình bởi vì chúng ta có sức mạnh hơn, có thể khống chế được chúng, thì điều đó sẽ đi ngược lại với những học thuyết đạo đức, nhân nghĩa do chính con người chúng ta đặt ra và giảng dạy cho nhau.

Nếu nói rằng loài vật không phải là đối tượng nằm trong phạm trù của những học thuyết ấy, thì điều đó sẽ hoàn toàn không phù hợp với những suy nghĩ, nhận thức của chính con người. Ngay từ những truyền thuyết từ xa xưa, chúng ta đã thấy xuất hiện vô số những con vật được nhân hóa với tình cảm và suy nghĩ không khác với con người. Thậm chí trong đó còn có không ít những con vật đã trở thành biểu tượng thiêng liêng được chúng ta tôn kính. Điều đó nói lên rằng chúng ta chưa bao giờ thực sự xem loài vật chỉ là để giết thịt! Trong một chuyến đi Huế, tôi có đến thăm mộ cụ Phan Bội Châu và đã hết sức xúc động khi được nghe kể về con chó của cụ. Sau khi cụ mất, nó đã bỏ ăn cho đến chết và được an táng ngay bên cạnh phần mộ của cụ Phan, có dựng bia đá hẳn hòi. Trong cuộc sống hiện nay, chúng ta cũng luôn dễ dàng tìm thấy những con vật có gắn bó tình cảm với con người, thậm chí chúng còn giúp mang lại niềm vui sống cho rất nhiều người bằng vào tình cảm thắm thiết đó.

Hơn thế nữa, việc loài vật có tri giác và tình cảm không khác chúng ta là điều không thể phủ nhận được. Vì thế, nếu phải làm cho chúng đau đớn và cướp đi mạng sống của chúng, thì chắc chắn một điều là tự sâu thẳm trong lòng ta không thể tránh khỏi sự ray rức, hối hận. Chỉ tiếc là những cảm giác tự nhiên rất thật đó lại bị chính chúng ta làm cho chai lỳ đi qua nhiều lần lặp lại sự giết hại. Một người bạn của tôi vào thời niên thiếu đã mất ngủ ba đêm liền chỉ vì vô tình ném viên gạch làm chết thảm một chú chim bồ câu. Chú chim này bị vỡ đầu, máu me bê bết nhưng vẫn còn giãy giụa khá lâu trên sân trước khi chết hẳn. Người bạn ấy nói với tôi rằng, cứ nhắm mắt là anh ta lại thấy cái đầu bê bết máu của con chim, thế là không sao ngủ được! Vậy mà sau này gặp lại, tôi thấy anh ta cắt cổ gà rất thạo, còn dám thọc cổ heo nữa, mà không lần nào phải mất ngủ như xưa!

Nhiều người nói với tôi rằng họ rất muốn từ bỏ việc ăn thịt để không phải giết hại loài vật nữa, nhưng lại sợ rằng bữa ăn của mình sẽ không cung cấp đủ dinh dưỡng cho một cuộc sống khỏe mạnh. Thật ra, đây không phải là một lý do thuyết phục, bởi vì khoa học dinh dưỡng ngày nay đã giải tỏa hoàn toàn sự lo sợ đó. Hàng triệu người châu Âu ngày nay chuyển sang ăn chay không phải vì lý do tín ngưỡng, mà chính là vì bác sĩ của họ đã khuyên như thế để bảo vệ sức khỏe trong một môi trường ngày càng ô nhiễm nặng nề hơn.

Chúng ta hãy thử làm một so sánh nhỏ. Trong 100 gram thịt heo có 21,7 gram chất đạm (protein), nhưng trong 100 gram đậu phộng có đến 25 gram chất đạm, còn trong 100 gram đậu nành lại có đến 35 gram chất đạm! Xem ra thì lý do dinh dưỡng quả thật là không mấy thuyết phục. Hơn thế nữa, việc hấp thụ chất đạm thực vật còn có lợi cho sức khỏe hơn là chất đạm từ động vật, vốn còn là nguyên nhân thúc đẩy chứng ung thư, một căn bệnh cho đến nay hầu như vẫn còn là bất trị.

Vì thế, lý do cuối cùng để giải thích cho việc ăn thịt và có lẽ cũng là lý do phù hợp với nhiều người nhất chính là vấn đề khẩu vị, hay nói chính xác hơn là thói quen ăn uống. Bởi vì khẩu vị của chúng ta xét cho cùng cũng chỉ là một thói quen lâu ngày mà thôi. Trong khoảng 100 món ăn thông dụng của đa số chúng ta ngày nay thì e rằng đã có đến 99 món được nấu cùng thịt cá! Nếu phải tức thời loại bỏ thịt cá ra khỏi thực đơn mỗi ngày, chắc chắn sẽ có rất nhiều người cảm thấy... trống trải và nhạt nhẽo đến không sao chịu được! Cho nên, những khó khăn trong việc từ bỏ sự giết hại xem ra không phụ thuộc vào ngoại cảnh mà chính là nằm trong yếu tố tự thân của mỗi người.

Con người vốn luôn tự hào là thông minh và dũng cảm, có thể khuất phục được cả muôn loài và vượt qua được nhiều thử thách khó khăn trong môi trường sống, nhưng khi phải đối mặt với chính mình lại thường trở nên yếu đuối đến mức kỳ lạ. Không phải vô cớ mà cổ nhân đã từng nói: "Thắng được người khác là có trí, thắng được chính mình mới là mạnh mẽ." (Thắng nhân giả trí, tự thắng giả cường.)[1]

"Tự thắng" hay "thắng được chính mình" là vượt qua những khó khăn của tự thân để từ bỏ một thói quen nào đó mà mình biết chắc là không tốt. Những ai đã từng nghe qua chuyện kể về những người cai nghiện sẽ có thể hiểu được phần nào những khó khăn loại này. Vì thế, nếu ai có thể thực sự chiến thắng để từ bỏ được thói quen xấu của chính mình, người đó quả thật rất xứng đáng được xem là mạnh mẽ.

Điều này giải thích vì sao việc từ bỏ sự giết hại lại khó khăn đến thế, cho dù hầu hết chúng ta đều không chính thức tán thành giết hại. Cách đây hơn 25 thế kỷ, đức Phật đã đề xướng một nếp sống theo nguyên tắc "bất hại".[2] Ngài dạy những đệ tử của

---

[1] Lão Tử, Đạo Đức Kinh, chương 33.

[2] Bất hại: Thuật ngữ được dịch từ tiếng Phạn là ahiṃsā, có nghĩa là không làm tổn hại đến người khác, vật khác. Đây là nền tảng đầu tiên của giới không sát sinh, một trong Ngũ giới của người Phật tử tại gia.

mình nên từ bỏ việc ăn những thức ăn có được bằng cách giết hại loài vật, và sống một cuộc sống không gây tổn hại cho bất cứ sinh vật nào cùng hiện hữu quanh mình.[1] Cho dù tất cả những ai đã nghe qua lời dạy của ngài đều phải lấy làm kính phục và tin nhận, nhưng số người có thể thực sự làm theo đúng như vậy lại không nhiều lắm! Và cho dù tất cả những ai đã làm theo lời dạy của ngài đều cảm nhận được sự an vui, lợi ích trong cuộc sống, nhưng số người có thể học hỏi làm theo họ vẫn còn hạn chế. Nói chung, người ta có thể dễ dàng nhận ra được tính chất hợp lý và lợi ích của một nếp sống như thế, và bất cứ ai có thể sống như vậy đều sẽ có được sự an lạc trong tự thân cùng với sự kính trọng của mọi người khác, nhưng tự mình có thể sống theo một nếp sống như thế lại là một chuyện hoàn toàn khác, bởi nó đòi hỏi bản thân mỗi người luôn phải vượt qua được những khó khăn để từ bỏ mọi sai lầm trong nếp sống cũ trước đây của chính mình.

Mùa xuân đang trở về cùng tất cả chúng ta. Cỏ cây thay lá xanh tươi và vạn vật đua nhau sinh sôi nảy nở. Nắng xuân ấm áp mang niềm vui đến với muôn loài một cách bình đẳng không phân biệt. Nhà nhà cùng nhộn nhịp đón xuân. Người người cùng rộn rã hòa theo nhịp xuân của toàn vũ trụ. Trong không khí vui tươi đang hòa quyện cùng gió xuân lan tỏa khắp nơi nơi, cảnh giết chóc đau đớn quả

---

[1] Xem Kinh Đại Bát Niết-bàn, Tập 1, trang 357-359, bản dịch tiếng Việt của Đoàn Trung Còn và Nguyễn Minh Tiến, NXB Tôn Giáo.

thật là những nốt nhạc hoàn toàn lạc điệu trong khúc nhạc xuân, là những gam màu buồn tẻ không hòa hợp trong bức tranh xuân! Thật đáng buồn thay nếu chúng ta không nhận ra được những điều ấy, bởi vì chắc chắn là chúng sẽ làm cho niềm vui xuân của chúng ta mãi mãi không trọn vẹn.

Trong kinh Lăng Nghiêm, quyển 8, đức Phật dạy rằng mọi hữu tình sau khi chết đều trải qua một giai đoạn mang thân trung ấm, rồi tùy theo nghiệp lực đã tạo mà sau đó mới thọ sinh vào một đời sống mới. Giai đoạn mang thân trung ấm này có thể khác nhau ở mỗi chúng sinh, nhưng đa số là kéo dài trong khoảng 49 ngày.[1] Theo đó mà nói thì thân trung ấm của những sinh mạng bị chúng ta giết hại chắc hẳn cũng sẽ không vui vẻ gì trong thời gian này!

Khoa học ngày nay đã phát hiện ra một điều lý thú rất đáng cho chúng ta suy ngẫm, đó là sự gia tăng đột ngột nồng độ các chất có hại hay độc tố trong thịt của con vật bị giết hại khi nó phải giãy chết trong đau đớn. Hàm lượng độc tố này khi đi vào cơ thể chúng ta qua các món ăn được nấu từ thịt con vật sẽ gây ra sự bất ổn cho cơ thể hoặc thúc đẩy sự phát triển nhanh của nhiều căn bệnh hiểm nghèo. Từ lâu người ta đã biết đến khả năng tương tự ở một số loài thực vật. Chúng có thể tiết ra độc tố hoặc các chất có vị rất đắng để chống lại sự tấn công của

---

[1] Do ý nghĩa này mà nghi thức cầu siêu cho người chết thường được tổ chức liên tục trong 7 tuần lễ, đến tuần cuối cùng, đúng 49 ngày thì làm lễ chung thất.

côn trùng vào thân cây. Tuy nhiên, việc những con vật bị giết có thể gây hại cho người ăn thịt chúng bằng cách này chỉ mới được khám phá vào thời gian gần đây mà thôi. Song song với những phát hiện loại này là hàng loạt bằng chứng cho thấy việc sử dụng thịt động vật làm thức ăn hoàn toàn không phải giải pháp tối ưu cho sức khỏe con người như trước đây chúng ta lầm tưởng, mà ngược lại còn là nguyên nhân chủ yếu gây ra rất nhiều căn bệnh hiểm nghèo như bệnh ung thư, bệnh tim mạch, huyết áp... Đa số các bác sĩ phương Tây ngày nay đã chú trọng rất nhiều đến chế độ ăn uống của bệnh nhân chứ không chỉ dựa vào khả năng điều trị bằng thuốc men, và hầu hết đều khuyên chúng ta nên giảm lượng thịt cá, gia tăng các món trái cây, rau củ, ngũ cốc trong thực đơn hằng ngày.

Như đã nói, việc từ bỏ thói quen ăn thịt thật ra không phải là một việc dễ dàng. Hầu hết chúng ta đều vấp phải những khó khăn khi muốn thực hiện điều này. Những bữa ăn chay đầu tiên nối tiếp nhau thường mang lại cảm giác hết sức nhạt nhẽo, khó nuốt... Bởi vì chúng ta đã quá quen thuộc với mùi vị của thịt cá. Tuy nhiên, chúng ta vẫn có thể dùng lý trí để biết rằng đó chẳng qua chỉ là vấn đề thói quen được huân tập từ lâu ngày mà thôi. Hơn thế nữa, chúng ta có thể và nên dành thời gian để thực hiện việc này một cách chậm rãi, đủ để cho cơ thể và nhất là khẩu vị của chúng ta có điều kiện thay đổi thích nghi dần.

Đa số Phật tử hiện nay đều duy trì việc ăn chay vào ngày mồng một Tết, bởi đây vừa là ngày đầu tháng giêng, vừa là ngày vía của đức Phật Di Lặc. Chỉ riêng việc ăn chay "một ngày" này của hàng triệu Phật tử, chúng ta cũng có thể hình dung ra được đã giúp giảm đi biết bao nhiêu sinh mạng bị giết hại! Điều đó thật vô cùng đáng quý, và nếu chúng ta làm được như vậy, cũng có thể xem là một món quà xuân rất có ý nghĩa để góp phần vào việc tôn trọng sự sống của muôn loài!

Và nếu chúng ta có thể tập thói quen ăn chay đều đặn mỗi tháng 2 ngày, vào các ngày đầu tháng (mồng một) và giữa tháng (ngày rằm), điều này sẽ có ý nghĩa nhắc nhở ta về mục tiêu từ bỏ sự giết hại. Hơn thế nữa, nó giúp chúng ta làm quen dần với những bữa ăn chay, giúp ta có thể ăn ngon miệng hơn ngay cả khi không dùng đến các món thịt cá. Thật ra, một số người còn cảm thấy rất ngon miệng khi thỉnh thoảng được đổi món, thưởng thức những bữa chay thịnh soạn nấu nướng bởi những người đầu bếp khéo léo.

Những ngày chay trong mỗi tháng của chúng ta có thể được tăng dần lên 4 ngày, 6 ngày hoặc 10 ngày. Đây đều là những bước tiến rất quan trọng, vì nó thể hiện tinh thần hướng thiện và nỗ lực từ bỏ những thói quen xấu. Song song theo đó, điều chắc chắn là chúng ta sẽ có được sự cải thiện đáng kể cả về thể chất lẫn tinh thần. Sẽ không còn nữa cảm giác nặng nề khó chịu hoặc nóng gắt cổ họng sau những bữa ăn căng bụng vì thịt cá. Những món ăn được chế biến từ rau trái bao giờ cũng mang lại cảm giác nhẹ nhàng, dễ chịu vì chúng dễ tiêu hóa và chứa nhiều loại vitamin cần thiết cho cơ thể. Điều này đã được xác nhận bởi các nghiên cứu khoa học nghiêm túc chứ không phải là nhận xét chủ quan của bất cứ ai. Vì thế, chắc chắn là mỗi chúng ta đều có thể dễ dàng tự cảm nhận được.

Ngoài ra, chúng ta cũng nên cố gắng hạn chế tối đa việc trực tiếp giết hại sinh vật. Trong thực tế, cứ mỗi lần tự tay giết chết một con vật là bạn đang làm tổn hại đến lòng từ bi của chính mình. Chính vì thế mà sau nhiều lần lặp lại việc giết hại, bạn sẽ trở nên chai lỳ, không còn xúc cảm trước những đau đớn mà con vật bị giết đang phải chịu đựng. Vì thế, ngay cả khi bạn chưa thể từ bỏ được việc ăn thịt cá thì cũng nên sớm từ bỏ việc trực tiếp giết hại sinh vật. Điều này sẽ giúp nuôi dưỡng lòng từ bi trong bạn, khiến bạn trở nên hiền hòa hơn và do đó mà tâm hồn sẽ được thanh thản hơn. Cho dù việc mua thịt cá do người khác giết sẵn cũng là một hành vi gián tiếp giết hại sinh vật, nhưng vẫn có thể tạm thời xem là một lựa chọn tốt hơn so với việc tự tay mình giết hại con vật.

Không một điều gì có thể xem là cố định, bất biến trong thế gian này. Người tốt có thể trở thành kẻ xấu, kẻ xấu có thể trở thành người tốt, tất cả đều phụ thuộc vào những nỗ lực đúng hướng hoặc buông thả tự thân của mỗi người. Mỗi chúng ta đều là người duy nhất có quyền lựa chọn cách sống của riêng mình, và hướng đến sự tốt đẹp như thế nào chính là do nơi sự sáng suốt phán đoán bằng trí tuệ của chính ta.

Mùa xuân bao giờ cũng mang lại niềm vui cho khắp thảy mọi nhà, nhưng có thể tiếp nhận niềm vui đó một cách trọn vẹn hay không thì điều đó còn tùy nơi nhận thức và việc làm của mỗi chúng ta. Mùa xuân luôn gắn liền với sự sống của muôn loài, niềm vui xuân chính là niềm vui của muôn loài được tồn tại và phát triển. Nếu chúng ta cứ tiếp tục gieo rắc sự đau thương chết chóc cho những sinh vật đang sống quanh ta, thì tự trong sâu thẳm lòng mình chắc chắn ta sẽ rất khó mà có được sự bình an thanh thản, và vì thế cũng khó lòng hòa nhịp cùng xuân để có được một niềm vui trọn vẹn!

Chúc nhau trăm tuổi vẫn là tuổi xuân...

Những lời chúc tốt đẹp đầu xuân là điều hầu như không thể thiếu được ở bất cứ nơi đâu trên thế giới, và lại càng không thể thiếu được trong những xã hội Á Đông, nơi vốn có truyền thống xem trọng những giá trị tinh thần hơn là vật chất.

Thật vậy, ngay cả khi ta đang sống giữa bộn bề những khó khăn vất vả, chỉ cần nghe được những lời chúc xuân của người thân và bè bạn là cứ tưởng như mình rồi sẽ lập tức vượt qua được tất cả mọi khó khăn, và cũng tin tưởng rằng trong năm mới mọi thứ đều sẽ mới, sẽ tốt đẹp hơn và hoàn hảo hơn rất nhiều so với năm cũ!

Nhiều người cho rằng những lời chúc quá tốt đẹp dành cho nhau trong dịp xuân về thường là sáo rỗng vì không hợp với thực tế và thường có đến chín phần mười là không thể đạt được! Nào là sống lâu trăm tuổi, vạn sự như ý, an khang thịnh vượng, phát tài phát lộc... Thôi thì đủ cả mọi điều tốt đẹp, cứ như mặt đất này phút chốc đã biến thành thiên đường với toàn những điều mà ai ai cũng luôn mơ ước! Biết là không thể có được mà vẫn cứ nói ra, vẫn cứ chúc cho nhau, vẫn cứ hy vọng hão, như vậy chẳng phải chỉ là những lời sáo rỗng đó sao?

Tuy nhiên, mọi truyền thống đều có những ý nghĩa tốt đẹp nhất định của chúng. Chỉ sợ rằng chúng ta không hiểu được thâm ý của người xưa nên đôi khi vô tình đánh mất đi những ý nghĩa sâu xa trong đó mà thôi. Những lời chúc tốt đẹp mà chúng ta dành cho nhau, xét cho cùng chính là sự biểu lộ mối quan tâm đến nhau và sự khao khát vươn đến mọi điều tốt đẹp hơn trong cuộc sống. Vì thế, điều quan trọng ở đây là chúng ta nên hiểu về ý nghĩa của chúng như thế nào, và thể hiện chúng theo cách nào để phù hợp với những ý nghĩa đích thực đó. Nếu bạn cầu chúc cho một người nào đó với mức độ tình cảm dành cho người ấy được đo bằng số không, thì chắc chắn lời chúc ấy cho dù có văn hoa, tốt đẹp đến đâu cũng sẽ chỉ là những lời sáo rỗng! Nhưng nếu bạn thực sự gửi gắm tình cảm chân thành của mình dành cho ai đó trong lời cầu chúc của mình, thì điều chắc chắn là cho dù bạn có thể hiện một cách vụng về đến đâu đi chăng nữa, những lời cầu chúc ấy vẫn sẽ được trân trọng.

Vì thế, cho dù chúng ta luôn sẵn có rất nhiều lời chúc xuân hết sức tốt đẹp để chọn lựa và gửi đến cho những người thân quen của mình, nhưng có hai điều mà tự thân bạn nhất thiết phải có được để mang lại giá trị chân thật cho những lời chúc tốt đẹp ấy.

Điều thứ nhất muốn nói đến ở đây chính là tình cảm chân thật. Khi xuất phát từ tình cảm chân thật, mọi lời cầu chúc đều có thể xem là tốt đẹp, không chỉ vì nội dung tốt đẹp hàm chứa trong từng câu chữ, mà chính là do nơi tình cảm chân thành được gửi gắm vào trong đó.

Trong mối quan hệ đa dạng với nhiều người khác nhau trong xã hội, điều tất nhiên là chúng ta không bao giờ có thể dành cho tất cả mọi người một tình cảm đồng đều như nhau. Ngay cả với những thành viên trong cùng một gia đình thì sự khác biệt về mức độ tình cảm mà chúng ta dành cho mỗi người cũng vẫn có những khác biệt nhất định nào đó. Tuy nhiên, tình cảm chân thật không phụ thuộc vào mức độ tình cảm mà chúng ta dành cho mỗi người. Điều quan trọng nhất là, cho dù trong tình yêu, tình bạn hay tình gia tộc, những tình cảm mà chúng ta dành cho nhau phải hết sức chân thật, được xuất phát từ chính những cảm xúc thật có trong lòng ta mà không phải gượng ép tạo ra bởi một lý do hay động lực nào khác.

Trong thực tế, bất cứ quan hệ giao tiếp nào trong xã hội cũng đều bao gồm hai yếu tố: một là nhu cầu giao tiếp thuần túy và hai là tình cảm nảy sinh trong quá trình giao tiếp. Lấy ví dụ thật đơn giản như khi bạn ghé vào hiệu sách để chọn mua một quyển sách chẳng hạn. Điều tất nhiên là bạn cần có sự giao tiếp với một nhân viên bán hàng. Người ấy sẽ giới thiệu với bạn về những tựa sách hiện có trong nhà sách, sẽ gợi ý với bạn về những cuốn sách hay đang được nhiều người ưa chuộng, hướng dẫn bạn trong việc tìm kiếm cuốn sách mà bạn cần...

Bạn đang có nhu cầu mua sách và nhân viên bán hàng có trách nhiệm bán sách. Vì thế, giữa hai bên nảy sinh một quan hệ giao tiếp thuần túy. Tuy nhiên, trong quá trình giao tiếp, có thể là sự tinh tế và chu đáo với nụ cười duyên dáng đầy thiện cảm của cô bán hàng sẽ làm nảy sinh nơi bạn một mức độ tình cảm nhất định. Đồng thời, phong cách giao tiếp lịch sự, cử chỉ nhã nhặn của bạn cũng làm nảy sinh nơi cô bán hàng một tình cảm tích cực nào đó. Do yếu tố tình cảm nảy sinh này, đôi bên có thể sẽ tiếp tục trao đổi thêm một vài vấn đề nào đó ngoài quan hệ thuần túy của việc mua bán, cũng có thể sẽ mời nhau một ly nước giải khát hoặc thậm chí một bữa cơm làm quen...

Nhưng ngược lại, nếu bạn bắt gặp một khuôn mặt khó đăm đăm và luôn cau có, chỉ trả lời từng tiếng một nhát gừng, thì có lẽ số đo của yếu tố tình cảm nảy sinh sẽ chỉ là số không, hoặc thậm chí có thể xem là số âm nếu như nó đủ để làm cho bạn bực bội rời khỏi cửa hàng ấy ngay tức khắc!

Suy rộng ra một cách tương tự thì tất cả mọi quan hệ khác cũng đều như thế. Quan hệ giữa người bán hàng và người mua hàng, giữa người chủ thuê và người làm công, thậm chí cho đến giữa vợ chồng với nhau cũng đều như thế.

Chính vì thế mà luôn có những người bán hàng dành được tình cảm của người mua, có được những khách hàng sẵn sàng ủng hộ lâu dài cho họ. Hoặc có những người làm công vẫn chấp nhận gắn bó với chủ thuê ngay trong những hoàn cảnh khó khăn nhất, cho dù có thể dẫn đến sự thiệt thòi về vật chất. Bởi vì giữa họ với nhau không chỉ có thuần túy mối quan hệ giao tiếp qua công việc, mà còn có sự nảy sinh những tình cảm chân thật.

Tương tự như vậy, khi hai người kết hôn với nhau, quyết định cùng nhau chung sống để tạo dựng một gia đình, họ sẽ ràng buộc với nhau trước hết bởi yếu tố thuần túy là mục đích tạo dựng gia đình. Nhưng trong quá trình giao tiếp và chung sống, chính sự quan tâm lẫn nhau, giúp đỡ và hy sinh cho nhau sẽ ngày càng làm nảy sinh giữa đôi bên những tình cảm gắn bó thắm thiết bền vững. Ngược lại, cho dù đã chung sống với nhau đến mười năm, hai mươi năm, nhưng nếu không có sự quan tâm lo lắng cho nhau, không cùng nhau chia sẻ những buồn vui, sướng khổ, thì yếu tố tình cảm chắc chắn sẽ không thể được nuôi dưỡng đủ để gắn kết đôi bên trong hạnh phúc.

Khi chúng ta biết phân biệt giữa nhu cầu giao tiếp thuần túy và yếu tố tình cảm nảy sinh, chúng ta sẽ dễ dàng hiểu được thế nào là tình cảm chân thật. Đó chính là sự tách rời khỏi nhu cầu công việc, được thể hiện bởi những cảm xúc thật có trong lòng ta mà không do bất cứ một sự tính toán lợi dụng hay áp lực nào từ bên ngoài. Chẳng hạn, khi bạn mua một món quà cho sếp với hy vọng là những ngày làm việc sắp tới ở văn phòng sẽ được “dễ thở” hơn, thì điều đó hoàn toàn không thể xem là tình cảm chân thật.

Điều này thật dễ hiểu, bởi vì trong trường hợp này thì chỉ cần sếp chuyển công tác sang một bộ phận khác không trực tiếp chi phối công việc của bạn, chắc chắn bạn sẽ quên ngay cả tên gọi của xếp, nói gì đến chuyện quà biếu! Ngược lại, nếu bạn thực sự biết ơn vì những quan tâm giúp đỡ tận tình của sếp trong suốt thời gian qua, đã giúp bạn vượt qua được nhiều khó khăn trong công việc, thì sự thể hiện tình cảm của bạn là chân thật. Trong trường hợp này, cho dù sếp có chuyển công tác đi nơi khác, chắc chắn bạn cũng sẽ không ngại bỏ công tìm đến cơ quan mới của sếp để bày tỏ tình cảm của mình.

Trước khi bạn gửi lời chúc xuân đến với ai đó, hãy chắc chắn là bạn đã có được tình cảm chân thật với người đó. Như đã nói, không cần thiết phải đạt đến mức độ "đồng sinh cộng tử" hay "chia ngọt sẻ bùi" với nhau mới gọi là có tình cảm chân thật. Cho dù chỉ là những tình cảm vừa nảy sinh qua sự giao tiếp ngắn ngủi, nhưng nếu thực sự là những cảm xúc thật có trong lòng bạn, được nảy sinh một cách hoàn toàn tự nhiên mà không có bất cứ sự tính toán lợi dụng nào, thì đó chính là những tình cảm rất chân thật!

Bạn có thể phân vân rằng khi đặt ra tiêu chí này phải chăng có thể sẽ giới hạn số lượng những người mà bạn muốn chúc xuân? Điều này thật ra không hẳn thế. Tình cảm chân thật của chúng ta không phải là một kiểu "tài nguyên" có giới hạn, vì thế mà cho dù bạn có dành tình cảm chân thật của mình cho bao nhiêu người cũng không hề sợ... thiếu.

Vấn đề đối với hầu hết chúng ta là, khi tập thành thói quen bày tỏ tình cảm với người khác một cách không chân thật, chúng ta không chỉ đang dối gạt người khác mà còn là đang dối gạt chính bản thân mình. Những cách nói "xã giao" thân mật một cách giả tạo không phải là "vô thưởng vô phạt" như nhiều người lầm tưởng, mà thực sự là một thói quen tai hại có thể làm chai lỳ những cảm xúc chân thật trong lòng ta. Vì thế, để có được mối quan hệ giao tiếp tốt với tất cả mọi người, trước hết chúng ta cần phải biết chân thật với chính mình.

Khi chúng ta chân thật với chính mình, chúng ta sẽ nhận ra rằng không cần thiết và không nên thể hiện tình cảm một cách giả tạo, không chân thật với bất cứ ai. Tuy nhiên, điều đó hoàn toàn không có nghĩa là giới hạn những đối tượng tình cảm của chúng ta, mà có nghĩa là hãy cố gắng tập thói quen luôn quan tâm đến người khác một cách chân thật. Khi ta quan tâm đến người khác một cách chân thật, ta sẽ luôn dễ dàng tìm thấy những điểm đáng yêu, dễ mến ở bất cứ ai, và điều đó giúp ta nảy sinh tình cảm chân thật, không giả tạo.

Hãy mở rộng tình cảm chân thật của bạn đến với tất cả mọi người trong cuộc sống này bất cứ khi nào có dịp, bởi vì cuộc sống chỉ có ý nghĩa khi ta có được mọi người quanh ta để thương yêu và được thương yêu. Tuy nhiên, hãy tập thói quen chỉ bày tỏ tình cảm của bạn một cách thật lòng. Sự chân thật sẽ được đáp lại bằng chân thật, và vì thế mà cuộc sống của chúng ta mới thực sự có ý nghĩa, thực sự là một mái nhà chung ấm áp cho tất cả mọi người chứ không phải là một "đấu trường" mà trong đó ai ai cũng luôn phải hoài nghi, dò xét lẫn nhau.

Khi bạn đã có được tình cảm chân thật với một người, lời cầu chúc của bạn sẽ không bao giờ có thể bị xem là sáo rỗng, bởi vì nó luôn được xuất phát từ tình cảm chân thật ấy. Hơn thế nữa, tình cảm chân thật bao giờ cũng dẫn đến sự quan tâm lẫn nhau, nhờ đó chúng ta sẽ có thể hiểu được nhiều điều về mức sống cũng như hoàn cảnh hiện thời của người kia. Vì thế mà bất cứ lời chúc nào khi được chọn gửi đến cho người khác đều sẽ không chỉ là những nội dung sáo rỗng.

Điều cần thiết thứ hai để mang lại giá trị chân thật cho lời cầu chúc của bạn là những giá trị thật có của chính bản thân bạn. Điều này có ý nghĩa hết sức quan trọng. Cũng giống như khi bạn dẫn đường cho một ai đó, bạn nhất thiết phải tự mình thông thạo đường đi thì những chỉ dẫn của bạn mới thực sự có giá trị. Nếu chúng ta thực lòng mong muốn cho những lời chúc tốt đẹp của mình trong dịp xuân về sẽ trở thành hiện thực, thì nhất thiết bản thân ta phải thực sự có được những giá trị nhất định nào đó.

Bạn không thể cầu chúc, mong muốn cho người khác được an vui hạnh phúc nếu như bản thân bạn chưa từng trải nghiệm một cuộc sống an vui hạnh phúc hoặc ít ra cũng là đang hướng đến một đời sống như thế. Bạn không thể cầu chúc, mong muốn cho người khác dồi dào tiền của nếu như bản thân bạn không có bất cứ biểu hiện nào của sự siêng năng cần mẫn, tích cực trong công việc. Bạn cũng không thể cầu chúc, mong muốn cho người khác được dồi dào sức khỏe nếu như bản thân bạn không biết tự giữ gìn sức khỏe, rơi vào cảnh nghiện ngập, rượu chè be bét...

Những điều đó nghe qua có vẻ như chẳng liên quan gì đến nhau, nhưng thực ra lại là những giá trị luôn gắn bó mật thiết. Một lời cầu chúc chân thành không chỉ đơn thuần là sự bày tỏ niềm mong ước của bạn về những điều tốt đẹp cho ai đó. Trong thực tế, nó còn có một sức mạnh động viên, khích lệ, có thể giúp cho người nhận được lời cầu chúc đó tăng thêm sức mạnh, niềm tin và nghị lực để hướng đến những thành quả tốt đẹp thực sự. Và vì thế mà nhân cách và những giá trị tinh thần của mỗi người luôn là nền tảng để tạo ra giá trị đích thực cho lời cầu chúc mà họ đưa ra.

Bạn có thể tự mình nhận ra điều này bằng cách phân tích những cảm xúc của chính bản thân khi nhận được một lời cầu chúc từ ai đó. Bạn sẽ dễ dàng nhận ra sự khác biệt giữa lời chúc xuân của một người này khi so với một người khác. Điều gì đã tạo ra sự khác biệt đó? Chính là sự khác biệt về nhân cách của họ, là những giá trị tinh thần mà mỗi người đã tạo ra trong đời sống. Điều này giải thích một tập tục có từ rất xa xưa của người Việt, mỗi dịp xuân về luôn mong muốn sẽ được một vị đạo cao đức trọng trong thôn xóm, hoặc một người có những đức tính như hiền hậu, siêng năng, tử tế... đến viếng thăm nhà mình trước tiên để chúc Tết. Ý nghĩa tích cực này đã bị rất nhiều người hiểu sai, để rồi đâm ra phê phán cho đó là một sự mê tín, hủ tục.

Thật ra, không chỉ là những lời chúc xuân, mà ngay cả những lời khuyên bảo hoặc an ủi thường ngày trong cuộc sống của chúng ta cũng luôn gắn liền với giá trị tự thân của người đưa ra những lời khuyên bảo hoặc an ủi đó. Có những người chỉ cần nói ra một lời động viên khuyến khích là đã khiến cho người nghe như được tăng thêm sức mạnh bội phần, nhưng ngược lại cũng có những người mà cho dù có nói ra toàn những lời văn hoa tốt đẹp cũng chỉ bị người khác xem như gió thoảng, không một chút lưu tâm! Khi thấy được sự khác biệt này là có thật, chúng ta sẽ dễ dàng hiểu được vì sao người xưa rất xem trọng những ai sẽ đến chúc Tết cho gia đình mình.

Nói một cách khác, nếu chúng ta thực sự muốn cầu chúc những điều tốt đẹp cho người khác, thì điều trước tiên là chúng ta phải hiểu và trân trọng những giá trị tốt đẹp đó, cũng như tự mình có được những nỗ lực hoàn thiện bản thân để hướng đến chính những điều tốt đẹp đó.

Khi bạn thực sự có tình cảm chân thành với ai đó và tự xét mình có được những giá trị tự thân nhất định, thì lời chúc xuân mà bạn dành cho người ấy chắc chắn sẽ luôn có những giá trị tích cực mà không chỉ là những lời mang tính xã giao, sáo rỗng.

Trong chu kỳ vận chuyển của thiên nhiên, mùa xuân luôn mang đến nguồn sinh lực lớn lao cho hết thảy muôn loài. Cho dù không hề biết đến việc chúc xuân nhưng muôn loài vẫn đua nhau sinh sôi nảy nở, vẫn náo nức hân hoan khi khởi đầu một chu kỳ mới với những điều kiện ưu ái mà thiên nhiên ban tặng trong dịp xuân về. Con người chúng ta không chỉ nhận được nguồn sinh lực tự nhiên từ thiên nhiên, mà còn muốn tạo ra và dành cho nhau những nguồn sức mạnh tinh thần khác trong dịp xuân về để cùng hướng đến những điều tốt đẹp hơn trong năm mới. Việc dành cho nhau những lời chúc xuân là một phong tục tốt đẹp và mang nhiều ý nghĩa tích cực. Khi chúng ta có thể hiểu đúng những ý nghĩa này, chúng ta không chỉ mang đến nguồn động lực tích cực cho người khác mà còn là tạo ra được khuynh hướng tốt đẹp cho chính bản thân mình. Vì thế, xét cho cùng thì những sự cầu mong, những niềm mơ ước lúc xuân về thực sự là những nỗ lực tích cực để cùng nhau vươn lên hoàn thiện. Trong ý nghĩa đó, những sự tốt đẹp trong cuộc sống thực sự đang được chúng ta chủ động tạo ra mỗi ngày chứ không phải là sự mong chờ dựa vào nội dung của những lời cầu chúc.

Khi hiểu theo ý nghĩa này, chúng ta sẽ thấy những nỗi khát khao, những niềm mơ ước được thể hiện qua lời chúc xuân của mọi người trong dịp xuân về không phải là những nội dung được cường điệu đến mức hão huyền, mà chỉ đơn giản là một sự biểu hiện của tinh thần lạc quan, luôn cố gắng vươn đến những điều tốt đẹp hơn trong cuộc sống. Bởi vậy, cho dù biết chắc là tất cả đều sẽ già suy theo thời gian nhưng chúng ta vẫn không hề thiếu sự chân thành khi cầu chúc cho nhau một tuổi xuân mãi mãi tồn tại:

Xuân là xuân khắp mọi nhà,
Chúc nhau trăm tuổi vẫn là tuổi xuân!

Và thật ra thì cái tuổi xuân khi trăm tuổi ấy vẫn là một điều hoàn toàn có thể đạt được!

Chúc nhau hai chữ bình an

Trong số những mong ước hầu như phổ biến nhất ở hết thảy chúng ta trong dịp xuân về, có lẽ phải nhắc đến ước mơ về một năm mới "bình an vô sự".

Thật vậy, bạn và tôi rất có thể không giống nhau về những mục tiêu đặt ra cho năm mới, và vì thế chúng ta sẽ có những mong cầu khác nhau. Tuy nhiên, cho dù là người giàu sang hay nghèo khó, đang sống ở thành thị hay thôn quê, hết thảy mọi người cũng đều mong sao cho một năm sắp tới sẽ luôn được "bình an vô sự".

"Vô sự" ở đây có nghĩa không gặp phải bất cứ điều gì bất trắc, rủi ro xảy ra trong cuộc sống. Chỉ cần được vô sự như thế thì chắc chắn đã là một điều may mắn hết sức lớn lao cho bất cứ ai. Bởi vì cuộc sống này vốn luôn đầy dẫy những điều bất như ý, cho dù chúng ta có cố tránh né đến đâu thì vẫn luôn có thể gặp phải những trở lực cản đường, những tai ách, khó khăn ngoài dự tính... Vì thế, ai ai cũng mong sao cho mọi việc làm đều được "đầu xuôi đuôi lọt", không gặp bất cứ trở ngại nào, vì nếu quả thật được như thế thì những mong muốn khác của chúng ta sớm muộn gì rồi cũng sẽ đạt được!

Sự bất an của chúng ta không chỉ đến từ những kẻ đối đầu hay có hiềm khích với ta. Nó đến từ bất cứ điều kiện bất lợi nào, mà những điều kiện bất lợi cho chúng ta trong cuộc sống này thì nhiều vô kể! Không ai có thể ước lượng trước được hết, đừng nói là có thể tránh né hay loại bỏ chúng. Vì thế, từ xưa đến nay sự mong cầu hai chữ bình an vẫn là điều mà không một ai tránh khỏi.

Và như đã nói, nếu chúng ta thật lòng muốn cho lời cầu chúc bình an của mình dành cho ai đó được trở thành sự thật, chúng ta cần phải có một tình cảm chân thành đối với người ấy, cũng như tự mình hiểu được giá trị của sự bình an và những phương cách để có được nó.

Khi chúng ta có một tình cảm chân thành với ai đó, ta mới có sự quan tâm thực sự đến họ, và vì thế mà có thể hiểu được những nỗi bất an trong lòng họ thường là do đâu. Một người mẹ luôn có khả năng làm cho con mình cảm thấy an ổn, không sợ sệt. Đó chính là vì bà luôn quan tâm thực sự đến con, luôn biết được sự bất an trong lòng đứa trẻ là do đâu, và vì thế mà có thể trấn an, xoa dịu đứa trẻ.

Hơn thế nữa, khi chúng ta biết được ai đó đang lo sợ, bất an về điều gì và muốn giúp họ vượt qua sự lo sợ, bất an, chúng ta cần phải tự mình biết cách làm được điều đó. Nếu ta không thể tự mình biết cách tạo ra sự an ổn cho chính bản thân, thì lời cầu chúc bình an của ta dành cho người khác sẽ không thể có được những giá trị thực sự.

Thật ra, khi chúng ta mong ước được "bình an vô sự" trong năm mới, thì trong sự mong ước đó chỉ có một nửa là khả thi mà thôi! Bởi vì sự bình an là điều có thể đạt đến bằng những phương cách nhất định, nhưng những sự cố đến từ bên ngoài lại hoàn toàn là điều mà chúng ta không thể tự mình quyết định được!

Sự bất an của chúng ta có thể được hình dung như một ngọn đèn thắp lên trước gió. Từng cơn gió thoảng qua và ánh đèn cứ lung lay, chập chờn không sao đứng yên được. Nếu chúng ta muốn cho trời ngưng gió thì đó sẽ là một mong muốn không sao đạt được. Vì thế, điều duy nhất có thể làm là phải tạo ra những điều kiện bảo vệ ngọn đèn, sao cho nó có thể chịu được sự lay động mà không bị gió thổi tắt, chẳng hạn như là dùng một cái bóng đèn thủy tinh để che chắn gió...

Có vô số điều kiện bất lợi trong cuộc sống có thể làm cho chúng ta bất an, lo lắng. Và chúng có thể xảy đến cho ta bất cứ lúc nào cũng giống như những cơn gió kia luôn sẵn sàng thổi tắt ngọn đèn nếu nó không được bảo vệ. Khi chúng ta sống một cuộc sống buông thả không tự bảo vệ chính mình, tâm hồn ta sẽ chẳng khác gì ngọn đèn trước gió, luôn bị lay động và dễ dàng bị thổi tắt bất cứ lúc nào. Ngược lại, nếu chúng ta biết rèn luyện tinh thần, nhận thức đúng về mọi sự việc xảy ra trong cuộc sống, chúng ta sẽ luôn có được một nội lực vững vàng cần thiết để đứng vững trong cuộc sống.

Khi chúng ta ham muốn tiền bạc của cải vốn không thuộc về mình thì đồng thời chúng ta cũng nảy sinh một sự bất an, lo sợ cho những tài sản hiện có của mình có thể bị mất đi vì một lý do nào đó. Vì thế, cho dù tiền bạc, của cải là hết sức cần thiết để giúp chúng ta nuôi sống bản thân và gia đình, nhưng sự ham muốn tiền bạc, của cải lại chính là nguyên nhân gây ra tâm trạng bất an, lo lắng. Điều này có thể nhận ra được khi so sánh với sự lo lắng mà một người mẹ nảy sinh đối với đứa con thương yêu nhất. Tình thương dành cho đứa con càng nhiều thì sự lo lắng đối với đứa con ấy càng dễ nảy sinh hơn. Chẳng hạn, chỉ cần bé đi học về muộn một chút cũng đủ để cho người mẹ phải cuống cuồng lo lắng. Ngược lại, nếu không có lòng thương yêu thì những sự lo lắng như thế sẽ không thể nảy sinh. Sự tham tiếc của cải, tiền bạc gây ra bất an, lo lắng cho bạn cũng theo cách tương tự như vậy. Sự ham muốn của bạn càng mãnh liệt thì nỗi lo lắng sẽ càng lớn hơn và dễ nảy sinh hơn, ngay cả với những nguyên nhân tưởng chừng như không hợp lý. Trong kinh Pháp cú, kệ số 213, đức Phật dạy rằng: “Do nơi lòng tham ái mà sinh ra sự lo lắng và sợ hãi.”[1] Đây chính là nói lên ý nghĩa này.

Điều này giải thích vì sao những người giàu có nhưng đôi khi vẫn phải mất ăn mất ngủ vì lo lắng bảo vệ tài sản, trong khi có những người không mấy dư giả mà vẫn có thể sống vô tư với nguồn thu nhập hạn chế của mình. Sự khác biệt không được tạo ra bởi những giá trị tài sản họ có được, mà chính là do

[1] Bản Hán văn: 從親愛生憂, 從親愛生怖. (Tùng thân ái sanh ưu, tùng thân ái sanh bố.)

cách nhìn đối với những tài sản ấy. Càng tham tiếc những gì mình có được thì bạn lại càng phải lo lắng nhiều hơn vì sợ rằng chúng sẽ mất đi!

Sự thật thì chúng ta không hề tạo ra tiền bạc, của cải bằng sự lo lắng, bất an, mà phải tạo ra chúng bằng sự nỗ lực lao động và sức sáng tạo. Do đó, nếu chúng ta nhận thức đúng về vai trò của tiền bạc trong cuộc sống, chúng ta sẽ thoát khỏi sự lo lắng, bất an do nguyên nhân tham tiếc vật chất gây ra. Chúng ta không phủ nhận giá trị của tiền bạc, của cải trong đời sống, nhưng chúng ta cũng không buông thả lòng ham muốn chạy theo những giá trị vật chất đó. Vì thế, chúng ta sẵn sàng lao động sáng tạo để làm ra tiền bạc của cải phục vụ đời sống, nhưng luôn biết giới hạn đúng mức sự quan tâm của mình đối với những những giá trị vật chất ấy. Nhờ đó mà chúng ta luôn có khả năng đánh đổi giá trị vật chất để có được những giá trị tinh thần cao quý hơn. Và ngay cả khi tài sản của chúng ta có bị mất mát, tổn hại vì một lý do nào đó, chúng ta cũng sẽ không vì thế mà rơi vào tình trạng suy sụp tinh thần.

Mặt khác, nếu chúng ta bực tức, giận dữ và luôn muốn trừng phạt, làm hại những ai gây tổn hại cho mình thì đồng thời chúng ta cũng nảy sinh một sự bất an, lo lắng rằng mình có thể bị người khác trừng phạt, làm hại bằng một cách nào đó. Sự thật là đa phần những người bị chúng ta trừng phạt hay làm hại sẽ luôn có khuynh hướng tìm cách “trả đũa” đối với việc làm của chúng ta. Vì thế, cái vòng xoay “oan

oan tương báo" này sẽ cứ tồn tại mãi, cho đến khi nào một trong đôi bên có thể nhận ra được sự vô lý này để chủ động chấm dứt nó.

Sự lỗi lầm là điều phổ biến ở tất cả mọi người. Chúng ta hầu như không thể tìm thấy có ai đó chưa từng bị lầm lỗi! Và mỗi khi một ai đó mắc phải sai lầm, điều tất nhiên là sự sai lầm đó có thể gây hại cho những người có liên quan. Nếu mỗi lần như thế mà những người bị tổn hại đều tìm cách "trả đũa" thì chúng ta sẽ không thể nào hình dung được cuộc sống này sẽ đáng sợ đến mức nào!

Có thể bạn sẽ phản đối rằng, cần phải phân biệt sự gây hại của ai đó là vô tình hay cố ý nữa chứ! Bởi vì bạn cho rằng sự cố ý gây hại tất nhiên sẽ là hành vi rất xứng đáng để nhận lãnh một sự đáp trả!

Nhưng thật ra thì ngay cả việc cố ý gây hại cho người khác cũng chính là một sự sai lầm. Hơn nữa, còn là sự sai lầm rất đáng thương. Bởi người ấy đã không có đủ sự sáng suốt để nhận ra được những tác hại của một hành vi như thế nên mới cố tình thực hiện. Và nếu như chúng ta tức giận rồi đáp trả lại hành vi đó bằng cách tương tự thì chính bản thân ta rõ ràng là cũng không sáng suốt gì hơn! Thi sĩ người Anh Alexander Pope (1688-1744) đã từng viết ra một câu rất hay: "Lầm lỗi là thường tình của con người, tha thứ mới là thánh thiện."[1]

---

[1] "To err is human, to forgive divine.", An Essay on Criticism, Alexander Pope, London, 1711.

Vì thế, chúng ta nên học biết cách tha thứ lỗi lầm cho người khác và cho chính mình, bởi vì chúng ta không thể không thường xuyên đối mặt với những lỗi lầm trong cuộc sống. Khi một người mắc lỗi, sự tha thứ bao giờ cũng tạo ra ấn tượng mạnh mẽ và tốt đẹp đối với họ hơn là sự trừng phạt, và vì thế sẽ hạn chế khả năng tái phạm của họ ở một mức độ thấp hơn. Trong truyện Tam quốc, Khổng Minh liên tục 9 lần tha thứ cho Mạnh Hoạch và nhờ đó mà đã triệt tiêu hoàn toàn khả năng tái phạm của ông này.[1]

Mỗi một sai lầm dù là vô tình hay cố ý cũng đều là cơ hội để chúng ta học hỏi. Nhưng chúng ta chỉ có thể học hỏi khi nào sai lầm đó được người khác tha thứ. Bằng không, thay vì rút ra được bài học từ sai lầm, chúng ta lại phải chú tâm vào việc giải quyết hậu quả của sai lầm ấy! Vì thế, nếu chúng ta có thể tha thứ cho người khác khi họ mắc phải sai lầm, đó chính là ta đã tạo điều kiện cho họ học hỏi và tiến bộ, và do đó sẽ có ít khả năng họ mắc phải sai lầm ấy một lần sau nữa.

Tất cả những tổn hại của chúng ta đều xuất phát từ một sai lầm nào đó. Nếu là do sai lầm của chính bản thân, chúng ta cũng cần phải biết tha thứ cho chính mình để tiếp tục học hỏi vươn lên hoàn thiện. Nếu là sai lầm của người khác, chúng ta càng không

---

[1] Mạnh Hoạch cầm đầu một bộ tộc, thường xuyên nổi loạn, quấy phá vùng biên giới. Khổng Minh mang quân đánh dẹp nhưng cứ mỗi lần bắt được lại tha cho về. Liên tục 9 lần như thế, Mạnh Hoạch hết sức cảm phục, thề suốt đời không quấy nhiễu nữa.

nên nảy sinh sự bực bội, tức giận và nghĩ đến việc trừng phạt họ vì sai lầm ấy. Sự tha thứ sẽ giúp người khác dễ dàng phục thiện hơn, trong khi sự trừng phạt lại dễ mang đến oán hận. Chính vì thế mà những hành vi xuất phát từ sự bực tức, giận dữ bao giờ cũng là nguyên nhân dẫn đến tâm trạng bất an, lo lắng của chúng ta sau đó.

Đầu thế kỷ 15, Lê Lợi lãnh đạo cuộc khởi nghĩa của nhân dân ta đánh tan quân xâm lược nhà Minh. Tướng nhà Minh là Vương Thông bị vây khốn trong thành Đông Quan, không còn lối thoát. Thế quân ta đang mạnh, đã đánh tan quân cứu viện của nhà Minh, lại nhanh chóng thu được hết thảy các thành trì khác. Quân Minh bị vây trong thành Đông Quan chỉ còn một đường duy nhất là chờ chết. Sự cai trị tàn bạo trong những năm qua của giặc Minh đối với nhân dân ta đã khiến cho hầu hết mọi người đều căm phẫn, muốn thẳng tay tàn sát hết bọn tàn quân bại tướng này. Nhưng ngay chính trong hoàn cảnh ấy, hai vị lãnh đạo tối cao là Lê Lợi và Nguyễn Trãi đã hết sức sáng suốt nghĩ đến việc khoan dung tha thứ cho tất cả. Họ quyết định giảng hòa và cung cấp lương thực, thuyền bè cho bọn chúng về nước. Lịch sử đã chứng minh rằng đây là một quyết định hoàn toàn đúng đắn, bởi vì trong suốt nhiều năm sau đó phương Bắc đã từ bỏ hẳn ý đồ xâm lược nước ta, tạo điều kiện cho triều Lê có được những năm phát triển trong thái bình thịnh trị.

Khi chúng ta biết khoan dung, tha thứ đối với mọi lỗi lầm, ta sẽ trở nên sáng suốt và khách quan hơn khi nhận định về nguyên nhân của mọi sự việc. Thường thì chúng ta luôn có một khuynh hướng nôn nóng quy lỗi về cho một ai đó khi công việc không trôi chảy hoặc có điều gì không hay xảy ra, vì thế mà ta rất dễ sai lầm, thiên lệch khi suy xét về nguyên nhân của vấn đề. Khi có một sự việc không mong muốn nào đó xảy ra gây tổn thất, thiệt hại cho ta, ngay lập tức ta sẽ tìm mọi cách để quy lỗi về cho một ai đó. Trong trường hợp này, chúng ta luôn có những thiên kiến nhất định đối với những người mà ta nghi ngờ, luôn cảm thấy mọi hành vi, lời nói của họ dường như đều có liên quan đến sự việc. Và một khi đã kết luận - thường là vội vã và không chính xác - rằng ai đó là người có lỗi, chúng ta sẽ nghĩ ngay đến những biện pháp trừng trị "một cách thích đáng". Tuy nhiên, khi chúng ta có được khuynh hướng khoan dung tha thứ thì việc trừng phạt sẽ trở nên không còn cần thiết nữa, và vì thế mà cách nhìn của chúng ta đối với sự việc bao giờ cũng thận trọng, khách quan và cởi mở hơn. Chính nhờ thế mà ta luôn có thể sáng suốt nhận ra được nguyên nhân thật sự của vấn đề, thay vì là bị đánh lạc hướng bởi những sự hoài nghi vô căn cứ.

Tinh thần khoan dung tha thứ có ý nghĩa cực kỳ quan trọng trong việc giúp ta hạn chế sự bực tức, giận dữ. Bởi vì xét cho cùng thì nguyên nhân chủ yếu của sự bực tức, giận dữ chính là những sự việc hoặc hành vi ứng xử của người khác không đúng theo ý muốn chủ quan của chúng ta. Nếu chúng ta sẵn sàng tha thứ, không trách cứ nặng nề người khác vì những lỗi lầm mà họ mắc phải, thì điều tất nhiên là tự thân những lỗi lầm đó không thể nào kích thích, khơi dậy được sự bực tức giận dữ của chúng ta.

Và theo như đã nói, khi thoát khỏi tâm trạng bực tức, giận dữ đối với người khác, chúng ta cũng sẽ đồng thời tránh được nguyên nhân gây ra sự bất an, lo lắng cho chính mình. Do đó, có thể nói là chúng ta đã tích cực tạo ra được tâm trạng an ổn cho chính mình qua việc biết khoan dung tha thứ cho lỗi lầm của người khác.

Chỉ khi nào tự mình có thể tránh được sự bất an thì chúng ta mới có thể mang lại sự an ổn cho người khác. Khi ấy, tự nhiên là những lời cầu chúc của chúng ta sẽ trở nên có hiệu quả thiết thực.

Sự an bình không chỉ là một niềm mong ước khi xuân về, mà còn có thể nói là khát vọng muôn đời của nhân loại, bởi vì con người từ xưa nay hầu như luôn phải đồng hành cùng sự bất an. Trong khi tất cả chúng ta đều ca ngợi những biểu tượng của hòa bình, thì sự tham lam vẫn tiếp nối nhau khơi ngòi chiến tranh ở nơi này, nơi khác... Trong khi tất cả chúng ta đều mong muốn cho nhau những tháng ngày được sống bình an, thì trong những phút giây bực tức, nóng giận ta vẫn không ngừng gây hại cho nhau... Tất cả những điều đó chỉ có thể dừng lại, chỉ có thể được chuyển hóa khi mỗi chúng ta đều có thể hiểu đúng được vấn đề, có thể tự mình thoát khỏi tâm trạng bất an bằng những nỗ lực loại trừ sự tham lam và sân hận!

Chúc nhau thịnh vượng, giàu sang, phát tài

Không ai trong chúng ta từ chối sự thịnh vượng! Ngược lại, ai cũng mong muốn được giàu sang, phát đạt. Cho dù các nhà đạo đức xưa nay vẫn thường xuyên nhắc nhở chúng ta về mối nguy hại từ sự cám dỗ của những giá trị vật chất, nhưng thực tế thì chúng ta vẫn không thể phủ nhận vai trò quan trọng của điều kiện vật chất trong việc mang lại một đời sống tốt cho bất cứ ai. Hơn thế nữa, khi bạn có dồi dào tiền bạc, lòng tốt của bạn mới có cơ hội để thể hiện một cách cụ thể trong thực tế. Bằng không thì lòng tốt ấy cũng sẽ mãi mãi chỉ là những tiếng thở dài thương xót cho những hoàn cảnh bi đát của người khác mà thôi.

Vì thế, trong dịp xuân về chúng ta luôn cầu chúc cho nhau một năm mới làm ăn thịnh vượng, phát tài. Đó cũng là một tâm lý chung rất phổ biến và hoàn toàn hợp lý. Tuy nhiên, mong ước cũng chỉ là mong ước. Để những lời cầu chúc tốt đẹp ấy có khả năng trở thành hiện thực, chúng ta cần phải dành cho chúng sự chân thành và những nỗ lực tinh thần nhất định của chính bản thân mình.

Thật ra, sự giàu có là một khái niệm rất mơ hồ và chỉ dễ sử dụng khi nói về người khác. Bản thân bạn có phải là người giàu có hay không? Nếu bạn dành thời gian để suy nghĩ thật kỹ về câu hỏi này, bạn sẽ thấy nó thật không dễ trả lời. Bởi vì chúng ta không có những tiêu chí nhất định để xác định điều đó. Dựa vào thu nhập thường xuyên của bạn chăng? Như vậy thì cần phải xem xét đến sự cân đối với mức chi thường xuyên của bạn nữa. Nếu mức chi ấy vượt quá mức thu, thì cho dù bạn có thu nhập nhiều đến đâu đi chăng nữa, bạn cũng không thể duy trì được một đời sống vật chất thoải mái. Và như thế thì người có thu nhập cao chưa hẳn đã cảm thấy mình giàu có, trong khi người có thu nhập thấp cũng chưa hẳn đã cảm thấy mình nghèo! Hơn thế nữa, mức chi thực tế và mức chi mong muốn luôn có một khoảng cách. Khi mức chi thực tế của bạn cân bằng với nguồn thu, chưa hẳn bạn đã có thể cảm thấy hài lòng, vì bạn vẫn còn chưa đạt được mức chi theo mong muốn! Như vậy, cảm giác "thiếu thốn" vẫn có thể theo đuổi bạn ngay cả khi bạn có một thu nhập đủ để chi tiêu. Và khi còn có cảm giác này thì chắc chắn bạn không thể tự cảm thấy mình là người giàu có.

Như vậy, có thể dựa vào tài sản tích lũy của chúng ta để xác định sự giàu có được chăng? Điều này nghe có vẻ hợp lý, vì sự tích lũy tài sản chính là biểu hiện cụ thể của hiệu số thu chi. Tài sản tích lũy càng nhiều thì càng chứng tỏ bạn là người giàu có. Nhưng mức tích lũy đến bao nhiêu mới gọi là nhiều? Điều này lại hoàn toàn khác nhau ở mỗi người. Nếu chúng ta sống một cách buông thả thì sự khao khát, thèm muốn vật chất sẽ là vô hạn. Những gì chưa có được trong tầm tay đều có thể là mục tiêu tham muốn của chúng ta, từ bộ loa âm thanh nổi cho đến máy điều hòa đời mới, từ chiếc xe tay ga vài ba chục triệu cho đến chiếc xe du lịch hàng trăm triệu... Nói tóm lại, cho dù bạn có tích lũy được bao nhiêu tài sản vật chất đi nữa, bạn vẫn có thể cảm thấy chưa thỏa mãn nếu như còn có những mục tiêu theo đuổi phía trước.. Và điều này thì có vẻ như chẳng bao giờ tự nó chấm dứt. Vì thế, bạn chưa hẳn đã cảm thấy bản thân mình giàu có nếu như bạn vẫn còn có quá nhiều tham muốn vật chất chưa được thỏa mãn.

Khi bạn đánh giá một người khác là giàu có, thật ra chỉ là một sự so sánh đời sống vật chất của người ấy với chính bản thân bạn. Trong thực tế, có những người mà bạn cho là giàu có nhưng chính bản thân họ chưa hẳn đã tự thấy là giàu có. Ngược lại, có những người mà bạn tưởng là nghèo khó nhưng thật ra lại đang sống trong một trạng thái tinh thần vô cùng thoải mái, thoát hẳn được những mối lo toan về vật chất!

Vì thế, điều mà bạn có thể chưa nghĩ đến là sự giàu có của bạn không hoàn toàn nằm ở yếu tố vật chất. Đó là một khái niệm rất tương đối được sản sinh trong mối tương quan giữa điều kiện vật chất thực tế và những khao khát, thèm muốn vật chất trong lòng bạn. Hay nói một cách khác hơn, người thực sự giàu có là người luôn cảm thấy thỏa mãn về điều kiện vật chất hiện có của mình. Và để đạt được trạng thái thỏa mãn đó, bạn không thể chỉ dựa vào yếu tố vật chất, mà còn cần phải có một nhận thức đúng đắn để kiểm soát được lòng tham muốn vật chất của chính mình.

Nhận thức đúng đắn này đã được Lão Tử mô tả bằng khái niệm "biết đủ" (tri túc). Trong chương 33 của Đạo Đức Kinh, ông viết: "Người biết đủ là người giàu có."[1] Trong cách nói của Lão Tử, yếu tố chủ quan được nhấn mạnh một cách tuyệt đối. Tuy nhiên, sự thật là chúng ta không thể phủ nhận sự chi phối của điều kiện vật chất khách quan, ít ra cũng là ở một mức độ tối thiểu nào đó. Vì thế, theo một cách hiểu dung hòa hơn, chúng ta sẽ thấy rằng khi có thể "biết đủ" thì những yêu cầu vật chất của chúng ta sẽ được giới hạn một cách hợp lý hơn, và do đó mà cũng dễ dàng đạt được hơn. Ý nghĩa của sự giàu có ở đây chính là tâm trạng thỏa mãn mà chúng ta có thể đạt được vào lúc này.

Chúng ta phải chấp nhận có những giới hạn nhất định do hoàn cảnh khách quan đưa đến. Việc kinh doanh của bạn có thể thuận lợi hoặc khó khăn, thu nhập của bạn có thể tăng cao hoặc giảm thấp đôi khi không hoàn toàn do bạn tự quyết định. Vì thế, cho dù chúng ta không phủ nhận sự cần thiết phải nỗ lực, tích cực trong công việc, nhưng ngay cả khi bạn đã cố gắng hết sức thì những giá trị vật chất được tạo ra vẫn có thể bị giới hạn bởi nhiều yếu tố khác.

Ngược lại, về yếu tố nhận thức chủ quan - hay sự

[1] Tri túc giả, phú dã. (知足者，富也。) - Đạo Đức Kinh, chương 33, Lão Tử.

biết đủ - thì bạn có thể hoàn toàn làm chủ. Khi bạn biết rèn luyện tinh thần để sự biết đủ này trở thành một phẩm chất tự thân của mình thì bạn hoàn toàn có khả năng đẩy lùi mọi tham muốn vật chất. Khi ấy, mọi giá trị vật chất đối với bạn sẽ được hiểu đúng như là phương tiện cần thiết cho cuộc sống nhưng không bao giờ có thể là mục tiêu theo đuổi của đời sống. Nói cách khác, chúng ta luôn cần có tiền để sống, nhưng điều đó lại hoàn toàn không có nghĩa là chúng ta chỉ sống để làm ra tiền!

Khi nhận thức đúng như thế về giá trị vật chất, bạn sẽ dễ dàng đạt được một cuộc sống thoải mái hơn. Mọi nhu cầu vật chất sẽ luôn được giới hạn ở một mức độ tối thiểu hợp lý, và vì thế mà chúng sẽ không vắt kiệt đi sức lao động của bạn. Nhờ đó, bạn sẽ có nhiều thời gian hơn dành cho những người thân của mình, hoặc để nuôi dưỡng đời sống tinh thần của chính bản thân.

Khi bạn chân thành cầu chúc cho ai đó được giàu sang, bạn sẽ có thể tự tin hơn nếu như tự thân bạn đã biết cách để đạt được điều đó. Hơn thế nữa, cho dù bạn không thể hiến tặng cho mọi người những giá trị vật chất đủ để làm họ thỏa mãn, nhưng bạn hoàn toàn có thể mang đến cho họ một nhận thức đúng đắn về giá trị thực sự của vật chất. Và điều này cũng có ý nghĩa giúp họ có thể đạt đến sự thỏa mãn về vật chất một cách dễ dàng hơn!

Tôi không nghĩ rằng chúng ta có thể tạo cho mình một ảo tưởng về sự giàu có khi cuộc sống mỗi ngày vẫn còn chìm trong sự thiếu thốn, chật vật. Nhưng một thực tế cũng không thể phủ nhận được là có rất nhiều người "sống trên nhung lụa" mà vẫn không hề có được cảm giác thỏa mãn, vẫn điên cuồng lao vào việc... kiếm tiền. Nếu bạn có thể tránh được cả hai trường hợp này, bạn mới thực sự là người giàu có. Và cũng chỉ trong ý nghĩa này chúng ta mới có thể chân thành cầu chúc cho tất cả mọi người quanh ta đều đạt được sự bình an và thịnh vượng:

Chúc nhau hai chữ bình an,
Chúc nhau thịnh vượng, giàu sang, phát tài!

Và sự giàu sang như thế mới đích thực là điều kiện cần thiết cho một cuộc sống an vui, hạnh phúc!

Nụ cười Di-lặc

Trong cuộc sống, chúng ta thường luôn cảm thấy không hài lòng vì những gì ta có được là quá ít so với những gì ta mong muốn. Điều này không chỉ đúng với những người nghèo khó, mà cũng là một tâm lý phổ biến ở cả những người giàu có, thành đạt.

Kỳ thật, hạnh phúc của chúng ta lại không đến vào những lúc ta có được trong tay thật nhiều những gì ta mong muốn. Ngược lại, chúng ta sẽ hạnh phúc hơn rất nhiều khi có thể buông bỏ được những vật sở hữu.

Điều này được thể hiện qua những năm tháng tuổi thơ êm đềm mà hầu hết chúng ta đều đã từng trải qua. Khi ấy, chúng ta thường không có nhiều những thứ có thể gọi là "của riêng", nhưng lại hạnh phúc hơn nhiều so với khi ta đã thực sự trở thành một "ông chủ" với vô vàn những nỗi lo toan vất vả. Mỗi năm tháng qua đi, chúng ta lại tích lũy ngày càng nhiều hơn những thứ sở hữu cho riêng mình. Nhưng bao giờ cũng vậy, trước mắt ta vẫn còn có rất nhiều thứ mà ta chưa có được!

Buông bỏ ý tưởng sở hữu vật chất là bước khởi đầu quan trọng giúp chúng ta bắt đầu có thể nếm trải niềm vui của sự tự do trong cuộc sống. Bởi vì sự tham đắm vật chất chính là nguyên nhân chủ yếu biến chúng ta thành một tên nô lệ của lòng tham. Cho dù có vẻ như ta đang tự mình quyết định mọi việc, nhưng thật ra đó chỉ là tuân theo những sai khiến ngấm ngầm của sự tham lam trong lòng ta mà thôi.

Tuy nhiên, một sự tự do hoàn toàn chỉ có thể đạt đến khi chúng ta có thể buông bỏ luôn cả những thứ sở hữu "phi vật chất" không thể nhìn thấy được, chẳng hạn như những định kiến sai lầm, những vướng mắc tình cảm, và cả những nhận thức không đúng về sự vật... Khi ấy, chúng ta sẽ thực sự làm chủ được chính mình, thực sự có được những điều kiện tối thiểu để tiếp xúc và cảm nhận được mọi niềm vui chân thật trong cuộc sống.

Buông bỏ ý tưởng sở hữu vật chất không có nghĩa là phủ nhận sự hiện hữu và giá trị của vật chất, mà là biết nhận thức sự hiện hữu và giá trị của chúng một cách đúng như thật, không bị chi phối bởi lòng tham muốn. Bằng cách này, chúng ta sẽ tạo ra được một đường ranh giới phân biệt cần thiết giữa nhu cầu sử dụng vật chất và sự tham đắm vật chất. Nhu cầu sử dụng vật chất là có thật, còn sự tham đắm vật chất chỉ là biểu hiện của lòng tham lam. Vì thế, nó làm sinh khởi trong ta sự thôi thúc phải sở hữu những gì mà ta yêu thích. Ý niệm sở hữu được sự vật tạo cho ta một cảm giác thỏa mãn giả tạo, bởi vì chỉ ngay sau khi có được sự vật, ta sẽ lập tức nảy sinh những tham muốn khác nữa!

Nhu cầu sử dụng vật chất luôn có những giới hạn cụ thể nhất định, còn sự tham đắm vật chất lại không bao giờ có giới hạn! Vì thế, ý niệm sở hữu của chúng ta không dừng lại ở bất cứ đâu, mà luôn có khuynh hướng bao trùm hầu hết mọi đối tượng mà ta nhận biết được.

Chúng ta sẽ nêu ra một ví dụ cụ thể để vấn đề có thể trở nên dễ hiểu hơn. Khi mỗi ngày bạn phải đi hàng chục cây số để đến nơi làm việc bằng xe đạp, thì việc mua một chiếc xe gắn máy là nằm trong nhu cầu sử dụng vật chất của bạn. Nhưng việc cố gắng để mua một chiếc xe gắn máy đời mới hơn thay cho chiếc xe cũ đang sử dụng tốt thì không còn là nhu cầu sử dụng vật chất nữa. Trong trường hợp này, bạn đã bắt đầu chịu sự sai khiến của lòng tham muốn.

Nhận thức đúng về giá trị sử dụng của vật chất sẽ giúp bạn không bị lôi cuốn bởi lòng tham muốn, nhưng để từ bỏ ý tưởng sở hữu vật chất, chúng ta còn phải có được một nhận thức đúng về sự hiện hữu của vật chất. Trong một phần trước, chúng ta có đề cập đến tính chất phổ quát của hết thảy mọi vật chất là sự không thường tồn, liên tục biến đổi và đi dần đến sự hoại diệt:

Hết thảy pháp hữu vi,
Như mộng ảo, bọt nước,
Như sương sa, điện chớp.
Nên quán sát như vậy.

(Kinh Kim Cang)

Thật vậy, mọi vật chất hiện hữu trước mắt ta đều chỉ là tạm bợ, giả tạo, như giấc mộng thoáng qua, như bọt nước hiện ra rồi tan biến... Khi ta tham đắm một dạng vật chất nào đó, ta tự mình tạo ra một ảo giác rằng nó sẽ mãi mãi tồn tại trong sự sở hữu của chúng ta. Nhưng thực tế lại không bao giờ như thế. Tất cả mọi vật chất đều bị cuốn trôi đi trong dòng thời gian. Chúng sinh ra, tồn tại, biến đổi rồi diệt mất. Không một dạng vật chất nào có thể thoát ra khỏi quy luật ấy, ngay cả thân thể hiện nay của ta cũng không phải ngoại lệ. Chúng ta không phải là sẽ già đi sau hai, ba mươi năm nữa... mà thực sự là đang già đi trong từng giây, từng phút. Đời sống của chúng ta đang từng giây, từng phút bị thu ngắn dần, và thậm chí là có thể chấm dứt bất cứ lúc nào. Đó là một thực tế mà không ai có thể phủ nhận được, nhưng hầu hết chúng ta lại tránh né không chịu đối diện với một sự thật như thế, vì chúng ta hoàn toàn không mong muốn nó xảy ra! Nếu chúng ta có đủ dũng khí để chấp nhận sự thật về tính chất giả tạo và tạm bợ của mọi dạng vật chất, ta sẽ thấy là không có một sự vật nào có thể đáng để chúng ta tham đắm và bỏ phí đi những phút giây quý giá đang nhanh chóng trôi qua của cuộc sống này. Nhờ sự quán xét đúng thật như thế, chúng ta sẽ thấy được sự vô nghĩa của những ý tưởng sở hữu vật chất. Và vì thế ta có thể dễ dàng thoát ra khỏi sự lôi cuốn, cám dỗ của lòng tham muốn.

Nhận rõ tính chất giả tạm của đời sống không phải là một nhận thức bi quan như nhiều người lầm tưởng. Trước hết, đó là một thực tế. Mà bản thân thực tế không hàm chứa tính bi quan hay lạc quan. Tính chất bi quan hay lạc quan nằm về phía chúng ta. Nếu chúng ta nhận rõ thực tế để rồi tìm cách trốn chạy, né tránh, thì đó mới là cách ứng xử bi quan. Còn nếu chúng ta nhận rõ thực tế để rồi nỗ lực sống tốt hơn, biết trân trọng hơn nữa những giây phút ngắn ngủi của cuộc sống này, thì đó không thể xem là bi quan được.

Vì thế, sự buông bỏ ý tưởng sở hữu chính là một trong những nỗ lực tích cực để làm cho cuộc sống của chúng ta được tốt hơn. Chúng ta không thể hoang phí những phút giây quý giá của đời sống này để chạy theo những giá trị vật chất tạm bợ. Cho dù chúng ta có tích lũy được bao nhiêu vật sở hữu đi nữa, cuộc sống của chúng ta cũng không vì thế mà có thể thực sự được tốt đẹp, hạnh phúc hơn!

Có một điều mới nghe qua tưởng như là nghịch lý nhưng lại là sự thật. Đó là, khi chúng ta thực sự buông bỏ ý tưởng sở hữu thì chúng ta lại có khả năng sở hữu được nhiều hơn trước đó. Sở hữu được nhiều hơn nhưng lại hoàn toàn không nảy sinh ý tưởng sở hữu sự vật, đó chính là ý nghĩa thoát khỏi sự trói buộc của mọi giá trị vật chất.

Sở dĩ có hiện tượng này xảy ra trong thực tế, là vì khi chúng ta không còn bị trói buộc bởi lòng tham muốn, chúng ta sẽ trở nên sáng suốt hơn, khôn ngoan hơn. Vì thế, mọi việc làm, mọi quyết định của chúng ta đều trở nên có hiệu quả hơn, chính xác hơn, và do đó mà chúng ta có thể kiếm được nhiều tiền hơn, sở hữu được nhiều vật chất hơn, cho dù chúng ta không hề nhắm đến mục đích ấy.

Điều này giải thích vì sao hầu hết những người giàu có nhất trên thế giới này lại là những người không tham đắm vật chất! Một trong những con người như thế, ông Bill Gates,[1] có lần nói rằng: "Những đồng tiền mà thế giới đã cho tôi, tôi sẽ trả lại cho thế giới." Và thực tế là ông đã thường xuyên bỏ ra hàng tỷ đô-la đóng góp cho những công việc từ thiện, công ích... Nếu một người chưa buông bỏ được ý tưởng sở hữu, còn say đắm trong cái vị ngọt giả tạo của sự sở hữu vật chất, người ấy sẽ không bao giờ có được những suy nghĩ và việc làm như vậy.

Nói chung, khi bạn thoát khỏi sự chi phối của lòng tham lam, bạn không chỉ có khả năng kiếm tiền giỏi hơn, mà còn có thể làm bất cứ việc gì cũng tốt đẹp hơn, hiệu quả hơn. Đó là vì bạn đã trở nên sáng suốt hơn, khôn ngoan hơn và không bị trói buộc bởi những định kiến hay sự tham đắm.

Vì thế, sự buông xả lại chính là cách tiếp nhận cuộc sống này một cách chân thành nhất, tốt đẹp nhất. Khi bạn chưa học biết cách buông xả, bạn không bao giờ có thể cảm nhận được hết những giá trị chân thật của đời sống này!

---

[1] Bill Gates, tức William H. Gates III, người Mỹ, một trong hai người sáng lập công ty Microsoft (cùng với Paul Allen), công ty sản xuất phần mềm máy tính lớn nhất trên thế giới. Sự thành công của công ty đã giúp ông trở thành một trong những người giàu nhất thế giới.

Trong Phật giáo, Bồ Tát Di-lặc thường được xem là biểu tượng của sự buông xả. Hình tượng của ngài được miêu tả một cách phóng khoáng, không dựa theo những đường nét nghiêm trang như hầu hết các vị Phật hay Bồ Tát khác. Vì ngài đã được Phật Thích-ca thọ ký cho là sẽ đản sinh thành Phật trong tương lai ở cõi Ta-bà này, nên cũng thường được gọi là Phật Di-lặc.

Trong truyền thống Phật giáo Trung Hoa và Việt Nam, Phật Di-lặc thường được mô tả với hình dáng mập mạp, mang theo một cái túi vải và thường có sáu đứa trẻ vây quanh. Tương truyền, sự mô tả này là dựa theo một hóa thân có thật của ngài vào khoảng đầu thế kỷ 10 ở Trung Hoa. Đó là một vị hòa thượng mang tên Bố Đại. Vị này có nếp sống phóng khoáng, vui vẻ, thường mang theo bên mình chỉ một cái túi vải buộc vào cây gậy quảy trên vai và lang thang, phiêu dạt khắp nơi. Mặc dù vậy, ngài đã thực hiện vô số những hành vi cứu nhân độ thế, đi đến đâu cũng được dân chúng mến mộ, nhất là trẻ con thường hay tụ tập đi theo ngài thành đám đông rất vui vẻ. Ngài nhìn thấy trước được mọi sự việc, biết trước cả thời tiết nắng mưa. Tương truyền mỗi khi ngài nằm ngủ trên đường phố thì hôm ấy trời không mưa, còn nếu thấy ngài tìm nơi trú ngụ qua đêm thì mọi người sẽ biết chắc là hôm đó trời sắp mưa!

Trong các sách Tống cao tăng truyện (quyển 21), Phật Tổ thống ký (quyển 43), Phật Tổ lịch đại thông tải (quyển 25) và Cảnh Đức truyền đăng lục (quyển

27) đều có nhắc đến ngài như một vị danh tăng rất nhiều người biết đến.

Ngài là người huyện Phụng Hóa, Minh Châu (nay là tỉnh Triết Giang), cũng có người nói ngài ở huyện Tứ Minh. Trong đời hành hóa, ngài không ở lâu bất cứ nơi nào. Người ta thường thấy ngài lang thang trên đường phố hơn là ở trong các chùa. Ngài có thân hình mập mạp, dáng vẻ phúc hậu, hiền từ, bất cứ lúc nào cũng nở trên môi nụ cười hoan hỷ. Thấy ai có vật gì ngài cũng đến xin,[1] xin được rồi thì bỏ hết vào túi vải, không phân biệt tốt xấu, nhiều ít... Chính vì hình ảnh của ngài luôn gắn bó với cái túi vải, nên người đương thời mới gọi ngài là hòa thượng Bố Đại, bởi hai chữ "bố đại" (布袋) có nghĩa là "cái túi vải".

Mặc dù thị hiện hình tướng xuềnh xoàng, dung dị, nhưng ngài lại có khả năng ứng đáp vô ngại, lời lẽ thâm sâu, khiến các vị thiền sư đương thời đều kính phục. Một lần, ngài đang đi giữa chợ, có người hỏi ngài tìm gì, ngài trả lời: "Ta tìm con người." Lại một lần khác đang đi trên đường, có vị tăng đi phía trước, ngài tiến lên vỗ vai vị ấy và nói: "Cho tôi một đồng tiền." Vị tăng đáp: "Nói được thì tôi sẽ cho ông." Ngài liền đặt túi vải xuống đất, đứng khoanh tay lặng yên.

Tương truyền có nhiều hôm ngài nằm ngủ giữa

[1] Đây là phương tiện để giúp người đời tạo phước cúng dường, bố thí, bởi những ai có dịp cúng dường cho ngài đều sẽ được phước báo vô lượng.

trời tuyết rơi mà chẳng có chút tuyết nào bám được vào thân ngài. Một hôm, ngài đi ngang qua chùa Thiên Đồng vừa đúng giờ tăng chúng sắp thọ trai, đang tuần tự tiến vào trai đường. Ngài chẳng nói năng gì, ghé vào chùa rồi đi thẳng đến chỗ ghế ngồi dành cho vị hòa thượng trụ trì đặt ở giữa trai đường, an nhiên ngồi xuống. Vị tăng tri sự[1] thấy vậy hốt hoảng chạy đến mời ngài ra. Ngài vẫn dửng dưng như không nghe thấy. Vị này liền cố sức để lôi ngài ra khỏi ghế ngồi. Không ngờ ngài đang ngồi với vẻ thản nhiên mà lại vững như tòa núi, không sao lay chuyển nổi. Ngay lúc ấy thì hòa thượng trụ trì đến. Thầy tri sự hoảng quá liền nắm chặt lấy lỗ tai ngài mà kéo đi, ngỡ rằng ngài bị đau thế nào cũng phải rời chỗ ngồi. Ngờ đâu ngài vẫn cứ ngồi yên trong khi lỗ tai ngài thì càng kéo càng dài ra đến hơn một thước! Tăng chúng nhìn thấy đều kinh hãi. Hòa thượng trụ trì vốn biết đức độ của ngài nên từ tốn bảo thầy tri sự: "Đừng làm thế, hãy để vị này ngồi nơi ấy, tôi ngồi bên dưới là được rồi."

Những chuyện về ngài lưu truyền trong dân gian còn rất nhiều, nhưng tựu trung đều muốn nêu bật tính chất phóng khoáng, hoan hỷ và tự tại vô ngại của ngài trên đường vân du hoằng hóa. Chính vì thế mà hình tượng của ngài được mô phỏng lại bao giờ cũng nổi bật lên những nét siêu phàm ấy.

Tháng 3 năm 916 (niên hiệu Trinh Minh thứ 2 nhà Hậu Lương), ngài dừng nghỉ trước cổng chùa

[1] Tri sự, cũng gọi là thầy duy-na, người chịu trách nhiệm điều hành, sắp xếp mọi sinh hoạt của tăng chúng trong chùa.

Nhạc Lâm, ngồi nghiêm trang trên một tảng đá lớn rồi thị tịch. Trước khi thị tịch, ngài để lại một bài kệ rằng:

彌勒真彌勒,
分身千百億。
時時示時人,
時人自不識。

Di-lặc chân Di-lặc,
Phân thân thiên bách ức.
Thời thời thị thời nhân,
Thời nhân tự bất thức.

Ta thật là Di-lặc,
Hóa hiện trăm ngàn thân.
Thường chỉ dạy người đời,
Người đời không tự biết.

Sau khi ngài viên tịch, lại có người ở nơi khác vẫn nhìn thấy ngài mang túi vải mà đi! Người đời sau tin chắc rằng ngài là hóa thân của Phật Di-lặc, vì thế nên vẽ lại hình tượng ngài để thờ kính. Hình tượng Phật Di-lặc ngày nay chúng ta thường nhìn thấy trong các chùa chính là được mô phỏng theo hình tượng của hòa thượng Bố Đại thời ấy.

Ngày đầu tiên của năm mới được chọn làm ngày vía đức Phật Di-lặc. Điều này có một ý nghĩa hết sức đặc biệt, bởi vì có hai điểm nổi bật mà chúng ta dễ dàng thấy được khi lễ kính hình tượng của ngài. Một là sự hoan hỷ, vui vẻ, và hai là sự buông xả, tự tại không ràng buộc. Nói như vậy không có nghĩa là hai điều này không có ở các hình tượng Phật và Bồ Tát khác, nhưng chỉ có điều là ở hình tượng Phật Di-lặc thì những điểm này được biểu hiện một cách rõ nét, nổi bật nhất. Cũng tương tự như khi chiêm ngưỡng hình tượng Bồ Tát Quán Thế Âm thì chúng ta sẽ thấy nổi bật nhất là đức từ bi, còn ở hình tượng đức Phật A-di-đà thì đó lại là sự trang nghiêm của một vị thầy tiếp dẫn.

Sự hoan hỷ, vui vẻ cũng như tính chất phóng khoáng, tự tại không ràng buộc quả đúng là những gì mà tất cả chúng ta đều mong muốn được nhìn thấy trong ngày đầu năm mới. Vì thế, nụ cười hoan hỷ của ngài từ lâu đã trở thành biểu tượng ngày đầu xuân mới của hầu hết Phật tử. Những cách gọi như "Xuân an lạc", "Xuân Di-lặc"... từ lâu đã trở thành quen thuộc với đông đảo những người tin Phật.

Trong dịp xuân về, lễ kính hình tượng Phật Di-lặc và suy xét về ý nghĩa của sự buông xả chính là một cách đón xuân đầy ý nghĩa, có thể giúp mang đến sự an vui thiết thực cho tâm hồn chúng ta. Bởi vì chỉ khi thực hành buông xả được mọi sự tham tiếc, mọi sự trói buộc, chúng ta mới có thể nở được một nụ cười vô tư và an ổn giống như ngài!

Đức Phật Thích-ca từng dạy rằng: "Tất cả chúng sinh đều có tánh Phật."[1] Vì thế, quay về với tự tâm

---

[1] Kinh Đại Bát Niết-bàn, quyển 27, phẩm Bồ Tát Sư Tử Hống: "Nhất thiết chúng sanh tất hữu Phật tánh" (一切眾生悉有佛性).

chính là cách tốt nhất để tìm thấy Phật. Và Phật cũng dạy rằng: "Nếu trừ sạch các phiền não thì tánh Phật liền được hiện rõ."[1] Phiền não là ở nơi tự tâm của chính ta, che lấp tánh Phật của chính ta. Nếu là phiền não ở bên ngoài, phiền não của người khác, hẳn đã không liên quan gì đến ta! Vì thế, muốn trừ phiền não để hiện rõ tánh Phật, nhất thiết phải bắt đầu từ nơi tự tâm của mỗi người.

Có vô số phiền não trong cuộc sống quanh ta, không cần phải dụng công nhiều để tìm ra chúng. Buồn, vui, sướng, khổ cho đến những được, thua, còn, mất... tất cả đều có thể là những nguyên nhân làm cho lòng ta luôn hướng ra ngoại cảnh, và vì thế mà che mờ đi sự sáng suốt của tự tâm. Lòng ta hướng theo ngoại cảnh, mà ngoại cảnh thì từng phút từng giây luôn biến động, không dừng nghỉ, nên lòng ta cũng không khỏi luôn xao động, quay cuồng. Trong sự xao động, quay cuồng ấy, ta tự chuốc lấy bao nỗi nhọc nhằn đau đớn, khốn khổ bi thương... Điều đó đã trở nên quá quen thuộc đến nỗi chúng ta không thể tự nhận biết là mình đang bị cuốn trôi trong một dòng sông đau khổ, mà đôi khi còn mê muội nhận lấy những đau khổ ấy như là ý nghĩa đích thực cuộc sống này!

Vì thế mà những phút tạm dừng nghỉ sau một năm dài vất vả bon chen thường có ý nghĩa rất quan trọng. Theo phong tục đã có từ nhiều đời, những

[1] Phiền não nhược trừ diệt, Phật tánh tức đắc hiển hiện. (煩惱若除滅，佛性即得顯現)

ngày cuối năm bao giờ cũng là những ngày tất bật cuối cùng dành cho công việc và hết thảy mọi lo toan trong năm cũ, để rồi cho dù có thể giải quyết xong hay không xong thì tất cả cũng đều phải tạm gác lại. Sau phút giao thừa thiêng liêng tiễn đưa năm cũ và đón chào năm mới, tất cả chúng ta đều trở thành những con người mới: thảnh thơi, vô sự, gạt bỏ hết mọi lo toan, phiền muộn. Ai cũng muốn mình được hoàn toàn vui vẻ, không để trong lòng bất cứ một mối lo nghĩ, một sự suy tính nào. Và trong tâm trạng ấy, chúng ta bước vào năm mới!

Chính vì thế mà những giây phút đầu tiên của năm mới thường là lúc chúng ta thấy mình rất sáng suốt và tràn đầy niềm tin, sức sống. Hầu hết văn nhân, thi sĩ đều có tục "khai bút" đầu xuân, đó là vì họ thường có được nguồn cảm hứng và năng lực sáng tạo rất cao vào lúc này. Ở những người khác, tâm trạng hưng phấn được biểu hiện qua sự vui vẻ, cởi mở, sẵn sàng bỏ qua mọi lỗi lầm của người khác cũng như của chính mình. Những người lớn tuổi thường khuyên con cháu trong dịp đầu xuân nên giữ lòng hoan hỷ, tránh nhắc đến tất cả những chuyện buồn, tránh gây ra khó khăn, rắc rối cho người khác, và hãy sẵn lòng tha thứ cho mọi điều lầm lỗi. Những điều này có ý nghĩa như một giai đoạn buông xả tạm thời để giúp chúng ta tĩnh tâm sáng suốt nhìn lại chính mình trong dịp xuân về, nhưng đã bị không ít người hiểu sai, cho đó là những thói tục mê tín vô căn cứ.

Chính vì để có được những giây phút thực sự thảnh thơi vô sự trong dịp đầu xuân, nên người xưa đã đặt ra rất nhiều tục lệ mà đến nay vẫn còn nhiều người biết đến. Chẳng hạn như đầu năm không được chẻ củi, không được kéo nước giếng, thậm chí có nơi còn kiêng cả việc quét nhà, quét sân... Những người buôn bán cũng cố gắng lo toan chuẩn bị mọi thứ từ cuối năm cũ, để trong những ngày đầu năm mới không phải lo nghĩ đến bất cứ một công việc gì, thậm chí không phải xuất tiền ra trong việc buôn bán... Người ta chỉ muốn đưa tiền ra trong dịp đầu xuân vào những mục đích như lì xì cho trẻ con, cúng dường chùa chiền, đền miếu... Bởi họ quan niệm rằng những đồng tiền đưa ra ấy hoàn toàn không phải là mất đi, mà là được dùng để làm việc tốt. Còn nếu đầu xuân mà để "mất" tiền vì bất cứ lý do gì cũng đều là không nên...

Hầu hết những tục lệ như trên ngày nay không còn nữa, có lẽ vì người ta không hiểu hoặc đã hiểu sai lệch đi ý nghĩa của chúng. Vì thế mà những giây phút thảnh thơi vô sự của ngày đầu xuân cũng không còn được mấy người trân trọng, thưởng thức một cách đúng nghĩa. Thời đại công nghiệp hóa kèm theo với kinh tế thị trường, làm sao có được những giây phút thảnh thơi thực sự? Khách hàng là thượng đế, nên ba ngày đầu xuân vẫn có nhiều hiệu buôn mở cửa suốt ngày để phục vụ người mua sắm. Thiết bị máy móc không biết nghỉ ngơi, nên công nhân nhiều nơi vẫn phải chia ca trực để vận hành. Và cái không khí bận rộn không chỉ dừng lại ở đó mà còn lan tỏa ra khắp mọi ngóc ngách của đời sống. Vì thế, sự trang trọng thiêng liêng của một cái Tết cổ truyền dần trở nên xa vắng, chỉ còn trong hoài niệm. Ngày nay, rất nhiều người xem ba ngày Tết chỉ là một dịp “nghỉ lễ”, cũng giống như bao nhiêu ngày nghỉ lễ khác trong năm. Vì thế, ngoài việc được tạm nghỉ để đi chơi vui vẻ thì họ không còn thấy có ý nghĩa sâu xa nào khác!

Tôi vẫn còn nhớ mãi cái không khí nhộn nhịp chuẩn bị của những ngày giáp Tết. Anh em chúng tôi cùng tất bật dọn dẹp, quét tước... Mọi thứ trong nhà đều phải được lau chùi thật sạch sẽ, sắp đặt thật gọn gàng. Bên ngoài thì phải lo chẻ củi, gánh nước, chuẩn bị sao cho đủ dùng thật thừa thải trong cả ba ngày Tết... Khi mọi việc đều đã được làm xong, đứa nào cũng mệt phờ ra nhưng vẫn thấy dâng lên trong lòng một sự nôn nao, háo hức thật khó tả... Thế là chẳng đứa nào ngủ được, cùng nhau thức đến giữa khuya để đón giao thừa.

Hồi đó nhà tôi bao giờ cũng nấu bánh tét đúng vào ngày cuối năm, nên vừa canh lửa vừa đợi phút giao thừa đến thật thú vị, ấm áp. Ngày nay đã khác rồi. Có năm, bánh được nấu sớm từ trước đó vài ba ngày, gọi là để cho được thong thả, không phải vội vàng. Có năm lại không nấu mà mua bánh người ta gói sẵn. Bây giờ cái gì cũng phải mua. Củi mua, nước mua, nếp đậu mua, lá chuối để gói bánh cũng mua... Thôi thì mua bánh người ta gói sẵn hóa ra lại dễ tính hơn, rẻ tiền hơn... Thế nhưng chỉ tiếc là không sao mua được những phút giây ngồi bên bếp lửa bập bùng, đợi vớt từ trong nồi ra từng cái bánh nóng hổi, đợi phút giao thừa chầm chậm đến gần, và đợi tiếng chuông nhỏ trong trẻo ngân dài trong đêm vắng báo hiệu lễ cúng gia tiên của gia đình tôi bắt đầu...

Sau lễ cúng gia tiên được bắt đầu đúng vào phút giao thừa, những người lớn ngồi nghiêm trang bên bình trà nóng, trao đổi với nhau những câu chuyện... người lớn. Trong khi đó, bọn trẻ lần đầu tiên được phép nhâm nhi thoải mái đủ loại bánh mứt... thả cửa, nhưng chỉ một lát sau là chúng tôi đã buồn ngủ đến díu mắt. Ba tôi thường trầm ngâm rất lâu vào lúc này. Thuở ấy tôi không biết ông suy ngẫm những gì, nhưng bây giờ hóa ra tôi lại rất thường có những phút trầm ngâm như thế sau những giây phút đón giao thừa.

Những giây phút thảnh thơi vô sự khởi đầu cho một năm mới chính là dịp tốt nhất để mỗi chúng ta nhìn lại chính mình. Trong suốt một năm dài tất bật lo toan, ta thường đánh mất chính mình trong những ván cờ khắc nghiệt của đời sống. Được, thua, hơn, kém... cứ nối tiếp nhau làm cho ta xoay vòng theo mọi sự kiện, không một lúc nào có thể tự chủ được chính mình. Chính những phút giây dừng nghỉ tạm thời trong dịp xuân về là lúc chúng ta dễ dàng nhìn lại tất cả mọi việc trong một tâm trạng sáng suốt, tự đặt ra cho mình những câu hỏi cần thiết về ý nghĩa thực sự của cuộc sống, của những tháng năm dài xuôi ngược bon chen trong cả một đời người.

Trên cao, tượng Phật Di-lặc vẫn lặng yên trong

dáng ngồi an nhiên tự tại, với vẻ mặt vô tư và nụ cười hỷ xả. Trong ta, đức Phật Di-lặc cũng đang bừng dậy, tỏa sáng khi ta vừa buông đi những phiền não trần ai che lấp quanh ngài. Tượng Phật trên cao đang mỉm cười. Đức Phật trong ta cũng mỉm cười. Nụ mai xuân mỉm cười. Cả đất trời trong xuân mới cũng mỉm cười. Một niềm an lạc vô biên tràn ngập khắp mười phương thế giới. Giờ đây xuân mới thực sự trở về!

Bạn đã bao giờ có được những giây phút thảnh thơi vô sự trong ngày đầu xuân mới và nở một nụ cười hoan hỷ? Mời bạn hãy thử xem!

Nắng mới bên thềm Xuân

Mới đó mà hàng mai trước ngõ nhà tôi đã lún phún nụ xanh mơn mởn. Những cành khẳng khiu, gầy guộc giờ đây như được tiếp thêm sức sống, kiêu hãnh thách thức cơn gió chiều se lạnh của những ngày cuối đông. Chỉ mấy ngày nữa thôi, trên những cành này sẽ phủ đầy nụ mai xanh vàng mũm mĩm, chen với những lá non mượt mà, tươi tắn, và rồi sẽ lác đác nở ra những cánh mai vàng. Hoa mai năm nay có vẻ như hơi sớm, nên đến ngày đầu năm mới chắc hẳn sẽ vàng tươi cả cành.

Những tờ lịch của năm cũ còn chưa rơi hết và xuân chỉ đang đến gần, nhưng mọi thứ vào lúc này đều có vẻ như đã thấm đẫm ý xuân. Gió vẫn còn se lạnh, nhưng có hơi xuân nên người đã cảm thấy ấm áp hơn. Bầu trời vẫn dày mây và lác đác đó đây những mảng màu xám xịt, nhưng có hơi xuân nên đã lộ ra từng khoảnh nhỏ xanh biếc và trong vắt. Và chỉ mới sáng nay thôi, những tia nắng xuân đầu tiên đã vội vàng đến sớm, như không cưỡng lại được những lời rủ rê của muôn vạn chồi lá non xanh.

Mà nắng xuân với lá non xanh quả thật như đã có duyên nợ đằm thắm hẹn hò từ bao đời trước! Dù rằng lá vẫn xanh tươi qua bốn mùa mưa nắng, nhưng chẳng bao giờ chồi lá non xanh lại nô nức rủ nhau xuất hiện thật nhiều như lúc đón nắng xuân về. Và cho dù nắng vẫn bốn mùa làm thắm lá cây xanh, nhưng chẳng bao giờ nắng lại dịu dàng và ấm áp, tình tứ như trong những ngày đầu xuân mới! Khi ngắm nhìn những cành cây phủ đầy lá xanh non nằm phơi hớn hở dưới tia nắng ấm đầu xuân thì không ai có thể biết được đó là màu nắng hay màu lá!

Bức màn bí mật che giấu những điều kỳ diệu của thiên nhiên đang được khoa học vén dần lên. Ngày nay, người ta đã biết rằng nắng với lá không chỉ là quen biết tình cờ do duyên nợ đưa đẩy, mà chúng quả thật có một mối tương quan gắn bó thiết thực hơn nhiều. Hàng triệu chiếc lá xanh sẽ không còn xanh nữa nếu như không có nắng, vì chính quá trình quang hợp đã giúp tạo ra diệp lục tố có màu xanh của lá. Và những tia nắng dịu dàng ấm áp kia sẽ trở nên gay gắt, nóng bỏng nếu như trên mặt đất này không còn nữa những chiếc lá non xanh.

Từng phút từng giây trôi qua, vô số những chiếc lá xanh cứ cần mẫn uống lấy từng giọt nắng để làm ra cho đời những hoa thơm, trái ngọt... và cũng đồng thời làm dịu đi sức nóng chói chang mà ông mặt trời ngày ngày gửi xuống mặt đất này. Nắng nuôi dưỡng từng chiếc lá bằng hơi nóng của mình. Lá giúp nắng dịu bớt đi sức nóng chói chang để có thể làm bạn với con người. Không có lá, chắc hẳn người ta sẽ căm ghét nắng và không cho nắng đến gần ve vuốt, như những tia nắng cháy bỏng lạc đường chiếu xuống sa mạc hoang vu kia chẳng hạn... Mà không có nắng thì lá sẽ trở thành vô dụng vì không thể tạo ra được dòng nhựa sống để nuôi cây!

Ngày xưa, con người thật sự không biết gì về những điều như thế. Chỉ thấy nắng và lá hẹn hò nhau mỗi năm vào mùa xuân, và khi chúng gặp nhau thì niềm vui ấm áp ấy lan tỏa đến cho cả con người. Người ta ngắm nhìn hoa nở và lá xanh, nắng ấm để biết xuân đang về, như những câu thơ đơn sơ mà gợi cảm của một vị thiền sư thi sĩ đời Trần:

歲晚山中無曆日,
菊花開處即重陽。

Tuế vãn sơn trung vô lịch nhật,

Cúc hoa khai xứ tức trùng dương.

(Cúc hoa - Thiền sư Huyền Quang)

Tạm dịch:

Năm hết giữa núi rừng không lịch,

Đến tiết trùng dương cúc nở hoa.

Thật dung dị và thanh thoát biết bao cuộc sống giữa núi rừng hoang vu yên vắng, cho đến một tấm lịch để theo dõi ngày tháng mà thiền sư cũng không cần đến, vì thiên nhiên tự nó đã luôn chuyển mình theo đúng với mỗi mùa, mỗi tiết. Hoa cúc vàng nở rộ là lời nhắn gửi của thiên nhiên báo cho người biết tiết trùng dương đã đến!

Tiết trùng dương (hay trùng cửu) nhằm vào ngày mùng 9 tháng 9. Vẫn còn xấp xỉ 4 tháng nữa mới đến xuân mà nhà thơ đã bâng khuâng nghĩ đến chuyện năm tàn tháng tận, cho nên cái háo hức đón xuân về hẳn cũng đã bắt đầu từ đó... Chúng ta ngày nay bon chen tất bật đến tận chiều 30 Tết, cũng không biết làm ra vô số những của cải vật chất như thế mà cuộc sống có được gì hơn so với người xưa chăng?

Người xưa không hiểu rõ về thiên nhiên như chúng ta ngày nay, không biết là bằng cách nào mà cuộc sống luôn tốt đẹp nhờ có thiên nhiên, nhưng họ cảm nhận được điều đó, tin chắc vào điều đó. Vì thế, họ sống giữa thiên nhiên, gần gũi, thân thiết với thiên nhiên mà không phá hoại, không làm cạn kiệt sức sống của thiên nhiên.

Con người ngày nay hiểu rõ cặn kẽ về những lợi ích của thiên nhiên cũng như tác hại của sự tàn phá môi trường thiên nhiên. Chúng ta biết là ngoài việc mang đến cho ta những hoa thơm trái ngọt, thiên nhiên còn giúp ta có được bầu không khí trong lành để hít thở mỗi ngày, giúp ta ngăn ngừa được những thiên tai tàn khốc như bão lụt, hạn hán... Nhưng chúng ta lại không thể sống chung hòa bình với thiên nhiên! Chúng ta phát triển đến đâu thì phá hoại môi trường thiên nhiên đến đó... Thậm chí chúng ta còn khai thác cạn kiệt cả môi trường thiên nhiên ở những nơi xa xôi, chỉ cần để thu được những món lợi kếch sù ngay trước mắt mà không nghĩ gì đến những tai họa thảm khốc đang chực chờ ập xuống cho nhiều thế hệ sắp đến...

Hy vọng là những sai lầm này đang được sửa đổi. Những năm gần đây, con người trên hành tinh này đã chịu trừng phạt quá nhiều vì những sai lầm này. Chúng ta đã nhận ra và đang từng bước cố gắng sửa sai, nhưng không phải là đã hết những kẻ tham lam phá hoại.

Nạn phá rừng đang hoành hành ở nhiều nơi, trong khi nhiều người lười nhác không muốn trồng cây gây rừng, vì còn có biết bao công việc khác hấp dẫn hơn và kiếm được nhiều tiền hơn... Các nhà máy của thời hiện đại vẫn liên tục thải ra những thứ... không hiện đại. Một lần ghé thăm Thiền viện Viên Chiếu, tôi đã ngửi được mùi của nhà máy chế biến bột ngọt Vedan nằm cách đó khoảng hơn 5 cây số... Tất nhiên là cũng chẳng dễ chịu chút nào! Báo chí đưa tin về làng ung thư, chúng ta ai nấy đều rùng mình khiếp sợ. Nhưng sự khiếp sợ đó có lẽ cũng chẳng thể làm cho mọi thứ chấm dứt!

Từ nhiều ngàn năm qua, những tia nắng xuân ấm áp vẫn luôn đúng hẹn trở về, cho dù mỗi năm những người tình lá non xanh của chúng trên hành tinh này đang dần thưa vắng hơn, và con người cũng đã đón xuân theo những cách khác hơn ngày trước. Chẳng mấy ai còn có thời gian và sự điềm tĩnh đủ để ngồi lặng lẽ suốt đêm bên chậu hoa chờ xem hoa nở. Cũng chẳng mấy ai còn có thể lắng lòng nghe được tiếng chuyển mình thầm lặng mà rạo rực của thiên nhiên vạn vật lúc giao mùa. Nhưng may thay, cái ấm áp và dịu dàng của những tia nắng mới bên thềm xuân vẫn còn là một trong số những quà tặng hiếm hoi của thiên nhiên mà hầu hết chúng ta đều trân trọng!

Hái lộc đầu Xuân

Một trong những kỷ niệm đẹp nhất mà tôi còn nhớ được về những mùa xuân thời thơ ấu là được theo mẹ lên chùa hái lộc. Từ sáng sớm ngày mồng một, anh em chúng tôi đã náo nức chờ đợi giây phút đầu tiên được mặc vào bộ quần áo mới chuẩn bị cho ngày Tết. Rồi tung tăng trên con đường làng đến chùa, chúng tôi càng hân hoan hơn nữa khi gặp biết bao người bạn nhỏ cũng xúng xính trong những bộ quần áo mới. Đời sống dân quê ở đây mộc mạc, chất phác, tự bao đời rồi không ai bảo ai mà ngày đầu năm đều rủ nhau cùng lên chùa "mừng tuổi" Phật, trước gọi là "cầu an gia đạo", sau là xin thầy hái lộc đầu xuân.

Cây "lộc xuân" là những cành mai rất to và đẹp, được quý thầy cắm vào trong một cái độc bình đồ sộ đặt ở giữa khoảng sân rộng trước chùa. Trên cành mai, ngoài những nụ xanh và hoa mai vàng đã nở rộ là vô số lộc xuân màu đỏ tươi được buộc bằng những sợi chỉ màu trắng thật nhỏ rồi treo thòng xuống, chi chít khắp nơi, từ dưới lên trên, từ trong ra ngoài, thấp thoáng giữa những lá mai non có màu bóng mượt. Người hái lộc rất đông nên những cành mai không ngừng lay động, làm cho những lộc xuân màu đỏ tươi cứ rung rinh, rung rinh... trông thật vui mắt.

Những màu sắc xanh, đỏ, vàng... xen lẫn nhau và những cành mai uốn lượn theo nhiều tư thế tạo cho cây lộc xuân có một dáng vẻ thật xinh đẹp, thật hấp dẫn. Thêm vào đó, lúc nào cũng có đông đảo người hái lộc vây quanh, thanh niên nam nữ, người lớn, trẻ con, cùng xôn xao cười nói. Ai ai cũng chưng diện bằng những bộ quần áo đẹp nhất, với vẻ mặt tươi vui hớn hở nhất, nên càng làm cho không khí hái lộc đầu xuân thêm vui tươi, hào hứng...

Cả nhà tôi cùng lễ Phật trước khi ra sân hái lộc. Bao giờ cũng vậy, mẹ tôi đứng bên cây lộc xuân rồi bế tôi lên thật cao để tôi tự tay với hái cho mẹ một lộc xuân cao nhất có thể được. Chẳng biết những lộc xuân được treo cao hơn có mang lại nhiều may mắn hơn không, nhưng mẹ tôi thích vậy. Mẹ bảo những cành bên dưới người ta đã chọn trước hết rồi, không còn lộc tốt. Riêng tôi, tôi rất lấy làm tự hào được mẹ chọn giao cho “nhiệm vụ quan trọng” này. Quan trọng là vì nó sẽ mang lại may mắn cho cả nhà tôi trong năm ấy. Mẹ tôi bảo vậy.

Hái lộc xong rồi là đến việc xem lộc. Mẹ tôi trịnh trọng mang lộc xuân vừa hái ra sau nhà khách. Ở đó, thầy trụ trì đang xem lộc cho tất cả mọi người. Anh em chúng tôi được phép chơi đùa thỏa thích trong vườn chùa với rất nhiều cây to bóng mát. Tuy nhiên, cũng có lần tôi tò mò nắm lấy tay mẹ đi theo vào xem lộc.

Lộc xuân chỉ đơn giản là một mảnh giấy nhỏ màu đỏ, được viết vào đó một câu thơ hoặc một lời khuyên dạy trích từ kinh Phật, rồi gấp nhỏ lại và dùng chỉ trắng buộc treo lên cây. Khi mẹ tôi mang lộc xuân đến, thầy chậm rãi mở ra rồi đọc lên nội dung ghi trong ấy. Sau đó, thầy giảng giải cho mẹ tôi hiểu ý nghĩa của câu này bằng một giọng trầm trầm, hiền hòa và chậm rãi. Sau này tôi mới biết là nội dung của tất cả những lộc xuân ấy đều khuyên làm việc thiện, tu dưỡng tinh thần, tránh xa những việc ác... Sự khác nhau chỉ là, có người được khuyên nên thực hành bố thí, người khác lại được khuyên phải biết nhẫn nhục; có người được khuyên nên ăn chay, niệm Phật, người khác lại được khuyên phải chân thật, không nói dối...

Vậy đó mà cái lộc xuân nho nhỏ kia lại thực sự có khả năng mang lại sức mạnh tinh thần trong năm mới cho người hái lộc. Vừa về đến nhà, mẹ tôi đã vui vẻ nhắc lại những lời dạy của thầy trụ trì với bà tôi, cha tôi và cả anh em chúng tôi nữa. Nào là năm nay nhà mình hái được lộc xuân tốt lắm, chỉ cần cố gắng tu tâm dưỡng tánh thì sẽ không gặp phải bất cứ tai nạn gì; nào là anh Hai bay năm nay thế nào cũng thi đậu, thầy bảo chỉ cần biết ăn hiền ở lành thì cầu gì được nấy...

Trong trí nhớ non nớt của tôi lúc ấy, dường như năm nào mẹ cũng hái được lộc tốt cả, chẳng có năm nào xấu! Mà nghĩ cũng phải, đã thành tâm lên chùa lễ Phật thì làm sao gặp việc xấu kia chứ?

Những năm sau này, đời sống thay đổi nhiều. Anh em chúng tôi phiêu dạt khắp nơi, vẫn giữ lệ đến chùa lễ Phật vào ngày đầu năm mới, nhưng là những ngôi chùa khác nhau ở nhiều nơi khác nhau, chẳng còn là ngôi chùa quê ngày trước. Vì thế, tôi cũng chẳng có dịp nào được hái lộc đầu xuân, lại càng nhớ da diết cái cảm giác hân hoan khi được mẹ bế lên thật cao, với tay cố hái cho bằng được một cái "lộc xuân" may mắn nhất!

Thay vì chuyện hái lộc đầu xuân, ở một số ngôi chùa ngày nay tôi lại thường gặp rất nhiều những chuyện khó hiểu khác, chẳng hạn như xin xăm, đoán số tử vi, cúng sao giải hạn... Tôi nói "khó hiểu" là vì tôi đang cố hiểu những việc này dưới góc nhìn của một người Phật tử, vì những điều ấy đang diễn ra ở những ngôi chùa thờ Phật. Nếu như với những ai chưa từng được nghe biết lời Phật dạy thì việc đặt niềm tin mù quáng vào những hủ tục mê tín kia cũng là điều dễ hiểu. Nhưng người Phật tử đã thực sự tin Phật, đã được nghe những lời dạy hết sức sáng suốt và đúng đắn của ngài, lại có thể đặt niềm tin một cách sai lầm như thế thì quả thật rất khó hiểu!

Tâm lý chung của những người xin xăm hoặc đoán số tử vi đều là muốn biết trước những việc lành dữ trong năm của bản thân và gia đình. Biết trước việc lành sẽ giúp họ vui mừng, phấn khởi; còn biết trước việc dữ thì có thể tìm cách... tránh đi. Quả thật, nếu có thể tránh được những việc không may cho bản thân và gia đình nhờ biết trước, thì đôi chút lễ vật "cúng dường" nào có đáng vào đâu! Tôi đã đặt hai chữ cúng dường trong ngoặc kép là vì hầu hết những người này đều đã hiểu sai ý nghĩa của hai chữ ấy!

Nếu chúng ta chịu để tâm suy xét đôi chút, ta sẽ dễ dàng thấy ngay rằng sự mong muốn như trên là hoàn toàn vô lý và không thể nào có được! Những lời dạy đầu tiên của đức Phật về Tứ diệu đế cũng đồng thời đã chỉ rõ lý nhân quả. Khi nhận diện khổ đau hiện hữu trong cuộc sống (Khổ đế), ngài cũng đồng thời chỉ rõ rằng những khổ đau ấy không phải tự nó có thể hiện hữu, mà phải được sinh khởi từ những nguyên nhân nhất định (Tập đế). Không có nguyên nhân của khổ đau thì chắc chắn sẽ không có khổ đau! Vì thế mà Phật dạy những phương thức diệt trừ nguyên nhân của khổ đau (Diệt đế) và tu tập để đạt đến sự an vui, hạnh phúc chân thật (Đạo đế).

Những điều không may của chúng ta trong cuộc sống, những tai họa, những điều bất như ý... đều là những biểu hiện của khổ đau. Tài sản mất mát, người thân chia ly, bệnh hoạn, chết chóc... tất cả những điều ấy không phải tự nhiên mà có, cũng không do bất cứ một quyền lực vô hình nào áp đặt lên cho ta... Chúng đều có những nguyên nhân nhất định. Có những nguyên nhân gần gũi, trực tiếp hoặc những nguyên nhân xa xôi, gián tiếp... Không có những nguyên nhân ấy, những điều không may không thể xảy đến cho ta!

Qua hàng ngàn năm chịu ảnh hưởng sự giáo hóa của đạo Phật, người Việt đã đúc kết thành những câu tục ngữ mang tính chất luân lý đạo đức cộng đồng chứ không chỉ là tín ngưỡng trong phạm vi một tôn giáo. Chẳng hạn, khi ta nói "Ở hiền gặp lành" hay "Gieo gió gặt bão", thì đó không chỉ là quan điểm nhân quả của đạo Phật, mà đó là những điều mọi người Việt đều thừa nhận, kể cả những người theo các tôn giáo khác.

Nếu thừa nhận rằng "gieo gió gặt bão", thì cách tốt nhất để tránh "bão" chính là đừng gieo "gió". Những cơn "bão" như tai nạn, bệnh tật, xui xẻo... đều được hình thành từ những luồng "gió" bất thiện mà bạn đã gieo. Khi bạn cố tìm cách biết trước chúng để tránh né, sự mong muốn của bạn là hoàn toàn không hợp lý!

Mặc dù vậy, khi chúng ta không có một đời sống tinh thần tốt đẹp, không thực hành đúng theo những lời Phật dạy thì niềm tin chân chánh của chúng ta thường bị giới hạn. Khi niềm tin chân chánh bị giới hạn thì sự lo sợ của chúng ta trước những tai ương trong cuộc sống sẽ lớn dần lên. Và khi nỗi lo sợ đó trở thành sự ám ảnh thì những niềm tin mù quáng sẽ có cơ hội để xâm nhập, tràn ngập trong lòng ta.

Vì thiếu sáng suốt trong nhận thức về đời sống, chúng ta không thấy được mối quan hệ nhân quả giữa những hành vi của mình và kết quả phải nhận chịu. Từ đó, chúng ta mong muốn tìm kiếm một phương cách giúp ta tránh được những điều nguy hại. Trong sự tìm kiếm mê muội đó, chúng ta bắt gặp những hình thức như xin xăm, đoán số tử vi... Chúng ta được hứa hẹn rằng sẽ có thể biết trước được mọi điều tai ách. Mặc dù điều đó không có gì đảm bảo, nhưng chúng ta vẫn tin theo vì cho rằng đó là phương cách duy nhất có thể giúp ta tránh khỏi mọi điều rủi ro!

Từ góc độ xã hội, những kết quả có được từ việc xin xăm hay đoán số tử vi có đúng với thực tế hay không, tôi xin miễn bàn. Bởi vì tuy không có gì đảm bảo là chúng sẽ đúng, nhưng tôi cũng không thể đưa ra được lập luận nào để đảm bảo rằng chúng sẽ không đúng! Như vậy, việc đúng hay sai, đáng tin hay không đáng tin xin để tùy theo sự phán xét sáng suốt của mỗi người. Tuy nhiên, nhìn từ góc độ của người Phật tử thì điều này lại khác hẳn. Khi chúng ta đã tự nhận mình là người tin Phật thì hoàn toàn không nên đặt niềm tin vào những điều đi ngược lại lời Phật dạy, nhất là khi những điều đó không dựa trên bất cứ một lập luận xác đáng nào.

Người Phật tử tin vào nhân quả, quyết định rằng mọi việc tốt xấu trong cuộc sống đều chịu sự chi phối bởi nghiệp lực gây ra do những hành vi của chính mình. Một người làm điều ác thì chắc chắn không thể thoát khỏi nghiệp ác, càng không thể nhờ vào việc biết trước mà tránh né. Cách ứng xử tích cực nhất là dũng cảm đối mặt với nghiệp ác của mình đã tạo và tự mình hối cải không bao giờ làm điều ác nữa! Như vậy, cách tốt nhất để hóa giải những điều ác đã làm chính là phải làm nhiều việc thiện hơn và thận trọng không tái phạm vào những điều ác. Tất nhiên là điều này đòi hỏi những nỗ lực tự thân rất lớn trong việc phục thiện, hoàn toàn không dễ dàng như việc chuẩn bị một ít lễ vật, tiền bạc để tìm thầy bói toán, xin xăm, đoán quẻ, rồi làm theo lời thầy dạy, cúng vái linh tinh...

Tương tự như trên, việc cúng sao giải hạn cũng là hoàn toàn không phù hợp với quan điểm nhân quả. Người ta căn cứ vào năm sinh của bạn để phán quyết rằng trong năm mới bạn đang bị "chiếu mệnh" bởi ngôi sao nào. Những sao "nguy hiểm" nhất là La Hầu (với nam giới), Kế Đô (với nữ giới), Thái Bạch... Tuy nhiên, với bất cứ vì sao chiếu mệnh nào, bạn cũng đều sẽ được nghe nhiều lời bàn giải về tiền đồ của bạn trong năm mới. Đúng sai thì chưa biết, nhưng nếu bạn thấy... sợ thì phải ghi tên "cúng sao". Bằng cách này, người ta đảm bảo rằng mọi điều xui xẻo của bạn sẽ có thể được tan biến, gọi là "giải hạn".

Đôi khi tôi chợt có ý nghĩ so sánh khá buồn cười. Trong thế giới tinh thần, nếu như gặp phải những điều xấu mà có thể cúng vái để "giải hạn", thì có khác nào trong thế giới hiện thực ta đang sống, gặp phải những sự trừng phạt của pháp luật mà cố dùng tiền bạc để... chạy án. Tôi không phủ nhận rằng đôi khi vẫn có những sơ hở nhất định của pháp luật giúp cho kẻ xấu có thể tạm thời tránh né, nhưng tất cả chúng ta hẳn không ai có thể ủng hộ hoặc cho đó là biện pháp đúng đắn. Vì thế, những người tin vào việc cúng sao giải hạn thì có khác nào những kẻ xấu đang lén lút tìm cách... chạy án!

Có một sự khác biệt rất lớn cần phải phân biệt rõ giữa niềm tin của người hái lộc đầu xuân với niềm tin vào xăm quẻ, đoán số tử vi hay cúng sao giải hạn.

Hái lộc đầu xuân là sự biểu lộ một tâm trạng lạc quan hưng phấn trong ngày đầu xuân mới. Tâm trạng lạc quan hưng phấn này là hoàn toàn tự nhiên, hòa nhịp với sức sống bừng lên của vạn vật lúc xuân về. Trong tâm trạng ấy, mỗi chúng ta đều khao khát, mong mỏi những điều tốt đẹp. Lộc xuân mang đến cho ta một sức mạnh tinh thần, khuyến khích ta thực hiện những điều lành, mà những điều lành thì tự nó đã là điều kiện tối cần thiết để mang đến cho ta những sự tốt đẹp về cả vật chất lẫn tinh thần.

Ngược lại, niềm tin vào xăm quẻ, đoán số... là một niềm tin hoàn toàn không căn cứ, là sự mong cầu tham lam và không thể thực hiện được. Nó hoàn toàn không phù hợp với những lời dạy của đức Phật. Trong rất nhiều kinh điển, đức Phật đã chỉ rõ những việc làm này là mê tín, rơi vào tà kiến, ngoại đạo. Như trong kinh Đại Bát Niết-bàn, phẩm Tánh Như Lai, đức Phật dạy rằng nếu có người xuất gia mà khen ngợi những việc *"... xem thiên văn tinh tú suy tính việc nên hư, xem tướng kẻ nam người nữ, theo chiêm bao mà đoán việc lành dữ..."* thì không được chung sống với các tỳ-kheo khác. Ngài dạy: *"Họ ví như cỏ dại xen trong đám lúa, cần phải trừ bỏ đi."*[1]

Đầu xuân hái lộc là một niềm vui nho nhỏ, cho dù chúng ta có tin hay không tin vào sự may mắn

---

[1] Những câu in nghiêng được trích nguyên văn trong kinh Đại Bát Niết-bàn, quyển 7, phẩm Tánh Như Lai. Xem bản dịch kinh này của Đoàn Trung Còn và Nguyễn Minh Tiến, trang 68-69, Tập 2, NXB Tôn Giáo.

mà nó mang lại. Nhưng tham gia vào những việc xin xăm đoán quẻ, xem số tử vi hay cúng sao giải hạn đều là những hành động dại dột, biểu lộ sự mê tín, tự chuốc lấy những lo sợ hoang mang không đáng có. Những hoạt động này nếu như vẫn tiếp diễn dưới mái chùa thì chắc chắn sẽ làm vẩn đục sự trong sáng và cao quý của đạo Phật!

Trong dịp xuân về, chúng ta hãy cầu chúc cho tất cả những người Phật tử đều có đủ trí tuệ sáng suốt, luôn ghi nhớ lời Phật dạy để mãi mãi tránh xa những hành động mê muội này!

MỤC LỤC

Lời thưa

Trong kinh Pháp Cú, đức Phật dạy rằng: "Pháp thí thắng mọi thí." Thực hành Pháp thí là chia sẻ, truyền rộng lời Phật dạy đến với mọi người. Mỗi người Phật tử đều có thể tùy theo khả năng để thực hành Pháp thí bằng những cách thức như sau:

1. Cố gắng học hiểu và thực hành những lời Phật dạy. Tự mình học hiểu càng sâu rộng thì việc chia sẻ, bố thí Pháp càng có hiệu quả lớn lao hơn. Nên nhớ rằng **việc đọc sách còn quan trọng hơn cả việc mua sách**.

2. Phải trân quý kinh điển, sách vở in ấn lời Phật dạy. Khi có điều kiện thì mua, thỉnh về nhà để tự mình và người trong gia đình đều có điều kiện học hỏi làm theo. Không nên giữ làm của riêng mà phải sẵn lòng chia sẻ, truyền rộng, khuyến khích nhiều người khác cùng đọc và học theo. Không nên để kinh sách nằm yên đóng bụi trên kệ sách, vì **kinh sách không có người đọc thì không thể mang lại lợi ích**.

3. Tùy theo khả năng mà đóng góp tài vật, công sức để hỗ trợ cho những người làm công việc biên soạn, dịch thuật, in ấn, lưu hành kinh sách, **để ngày càng có thêm nhiều kinh sách quý được in ấn, lưu hành**.

Thông thường, việc chi tiêu một số tiền nhỏ không thể mang lại lợi ích lớn, nhưng nếu sử dụng vào việc giúp lưu hành kinh sách thì lợi ích sẽ lớn lao không thể suy lường. Đó là vì đã giúp cho nhiều người có thể hiểu và làm theo lời Phật dạy. Mong sao quý Phật tử khắp nơi đều lưu tâm đóng góp sức mình vào những việc như trên.

TINH YẾU THỰC HÀNH PHÁP THÍ

- *Mua thỉnh kinh sách về đọc, tự mình sẽ được rất nhiều lợi ích.*
- *Chia sẻ, truyền rộng bằng cách cho mượn, biếu tặng kinh sách đến nhiều người thì lợi ích ấy càng tăng thêm gấp nhiều lần.*
- *Đóng góp công sức, tài vật để hỗ trợ công việc biên soạn, dịch thuật, giảng giải, in ấn, lưu hành kinh sách thì công đức lớn lao không thể suy lường, vì có vô số người sẽ được lợi ích từ việc lưu hành kinh sách.*

www.ingramcontent.com/pod-product-compliance
Lightning Source LLC
La Vergne TN
LVHW101950220826
846093LV00006B/163

9798215631935